# VÒNG QUANH THẾ GIỚI TRONG 100 BÁT CƠM

Thưởng thức sự đa dạng của thế giới, mỗi lần 1 bát, với các công thức nấu ăn lấy cảm hứng từ mọi nơi trên thế giới

Phúc Chu

Tài liệu bản quyền ©2024

Đã đăng ký Bản quyền

Không phần nào của cuốn sách này được phép sử dụng hoặc truyền đi dưới bất kỳ hình thức nào hoặc bằng bất kỳ phương tiện nào mà không có sự đồng ý bằng văn bản thích hợp của nhà xuất bản và chủ sở hữu bản quyền, ngoại trừ những trích dẫn ngắn gọn được sử dụng trong bài đánh giá. Cuốn sách này không nên được coi là sự thay thế cho lời khuyên về y tế, pháp lý hoặc chuyên môn khác.

# MỤC LỤC

**MỤC LỤC** ........................................................................ 3
**GIỚI THIỆU** ................................................................... 6
**BÁT CƠM NHẬT** ......................................................... 7
   1. Cơm nấm Tempura ........................................... 8
   2. Cơm bí ngòi và dưa chuột ướp .................. 10
   3. Bò bít tết Donburi Bát .................................. 12
   4. Bát Ikura Don .................................................. 14
   5. Bát thịt heo cốt lết kiểu Nhật ..................... 16
   6. Bát cơm hành lá Nhật .................................. 18
   7. Dưa chuột Sunomono ................................... 20
   8. Đậu phụ Hiyayakko ........................................ 22
   9. Bát cháo ăn sáng kiểu Nhật ....................... 24
   10. Cuộn Tataki Bò Nhật Bản ........................... 26
   11. Bánh xèo Dorayaki ....................................... 28
   12. Trộn Tamagoyaki .......................................... 30
   13. Ramen gà ....................................................... 32
   14. Cơm trộn trứng kiểu Nhật ......................... 34
   15. Bát cơm Tonkutsu Nhật Bản ..................... 36
   16. Bát cơm hẹ và mè Nhật Bản ..................... 38
   17. Cơm Bò Nhật ................................................. 40
   18. Bát Sashimi Nhật Bản ................................. 42
   19. Bát thịt heo nướng kiểu Nhật .................. 44
   20. Cơm bò hành lá Nhật ................................. 46
   21. Bát Tôm Nhật Bản ........................................ 48
   22. Cơm Bento hành bò Nhật ......................... 50
**BÁT CƠM TRUNG HOA** ........................................ **52**
   23. Cơm Chiên Gà Trung Hoa .......................... 53
   24. Bát chay cay .................................................. 55
   25. Bát Thổ Nhĩ Kỳ Trung Quốc ...................... 57
   26. Công thức cơm bát thịt bò xay ................ 59
   27. Bát cơm chiên giòn ..................................... 61
   28. Bát xôi mặn ................................................... 63
   29. Bát bò Hoisin ................................................ 65
   30. Cơm thịt heo gừng ...................................... 67
   31. Công thức món Poke chay sốt mè .......... 69
   32. Bát cơm gà ớt ............................................... 71
   33. Đậu Phụ Bát Phật ........................................ 73
   34. Bát cơm Dân ................................................. 75
   35. Cơm gà xay ................................................... 77
   36. Bát bún chanh .............................................. 79
   37. Cơm gà tỏi đậu nành .................................. 81

## BÁT CƠM HÀN QUỐC ..................................................................83
- 38. Cơm cá nướng Hàn Quốc ............................................. 84
- 39. Bát cơm nồi St1 Hàn Quốc ............................................ 86
- 40. Cơm thập cẩm Sashimi Hàn Quốc .................................. 88
- 41. Cơm Sushi Hàn Quốc ..................................................... 90
- 42. Cơm gà Hàn Quốc .......................................................... 92
- 43. Bát xúc xích bò Hàn Quốc .............................................. 94
- 44. Bát Donburi Tôm Hàn Quốc ............................................ 96
- 45. Bát cơm súp lơ Hàn Quốc .............................................. 98
- 46. Bát gà BBQ Hàn Quốc ................................................... 100
- 47. Cơm Bò Cay Hàn Quốc ................................................. 102

## BÁT CƠM VIỆT NAM ..................................................................104
- 48. Bát cơm bánh mì ........................................................... 105
- 49. Cơm Bò Chiên Giòn ....................................................... 107
- 50. Cơm gà và Sirarcha ....................................................... 109
- 51. Bún Bò Sả ..................................................................... 111
- 52. Cơm gà tráng men ......................................................... 113
- 53. Công thức bún tôm tỏi ................................................... 115
- 54. Bát bún gà ..................................................................... 117
- 55. Bát cơm gà .................................................................... 119
- 56. Bát cơm bò cay ............................................................. 121
- 57. Bát gà kho ..................................................................... 123

## BÁT CƠM ẤN ĐỘ ..................................................................125
- 58. Cơm gà Tikka ................................................................ 126
- 59. Cơm gạo lứt cà ri .......................................................... 128
- 60. Bát cơm phô mai ........................................................... 130
- 61. Cơm cà ri dê Ấn Độ ...................................................... 132
- 62. Bát cà ri kem Ấn Độ ..................................................... 134
- 63. Bát cơm chanh Ấn Độ ................................................... 136
- 64. Bát Phật Súp Lơ Ấn Độ ................................................. 138
- 65. Bát đậu lăng nướng kiểu Ấn Độ ..................................... 140
- 66. Cơm gà Ấn Độ .............................................................. 142
- 67. Bát cơm đỏ Ấn Độ ........................................................ 144
- 68. Cơm Bò Dừa ................................................................. 146
- 69. Bát gà Tandoori ............................................................. 148
- 70. Chảo nghệ và bát cơm ................................................... 150
- 71. Bát cà ri Paneer ............................................................. 152
- 72. Cháo đậu xanh .............................................................. 154

## BÁT CƠM THÁI ..................................................................156
- 73. Bát Phật Cá Hồi ............................................................ 157
- 74. Bát cơm lứt tẩm gia vị ................................................... 159
- 75. Bát Tôm Đậu Phộng ...................................................... 161
- 76. Bát thịt bò húng quế ...................................................... 163

77. Bát dừa umami .................................................................. 165
78. Bát điện cá ngừ ................................................................ 167
79. Bún xoài ............................................................................. 169
80. Bún đậu phộng bí xanh ................................................... 171
81. Bát Tôm Cay .................................................................... 173
82. Cơm cà ri ......................................................................... 175
83. Cơm thịt heo ................................................................... 177
84. Khoai Lang Phật Bát ....................................................... 179
85. Bát sa tế gà ..................................................................... 181
86. Gà và bắp xào ................................................................. 183

## BÁ SUSHI ............................................................................**185**

87. Bát Sushi cuộn California được giải cấu trúc ................ 186
88. Bát Sushi cá ngừ cay được giải mã ................................ 188
89. Bát Sushi cuộn rồng giải cấu ......................................... 190
90. Bát Sushi Cá Hồi Cay Giải Cấu Trúc ............................. 192
91. Bát Sushi cuộn cầu vồng được giải mã ......................... 194
92. Bát Sushi Tempura Tôm ................................................ 196
93. Bát Sushi Cá ngừ và Củ cải Cay .................................... 198
94. Sushi cá hồi và măng tây hun khói ............................... 200
95. Bát Sushi cuộn Philly được giải cấu trúc ...................... 202
96. Bát Sushi cuộn Dynamite giải cấu trúc ......................... 204
97. Bát Sushi cuộn chay ....................................................... 206
98. Cá thu hun khói Chirashi ............................................... 208
99. Oyakodo (Cá hồi và trứng cá hồi) ................................. 210
100. Tô Sushi Tôm Hùm Cay ................................................ 212

## KẾT LUẬN ...........................................................................**214**

# GIỚI THIỆU

Chào mừng bạn đến với "Vòng quanh thế giới trong 100 bát cơm", một hành trình ẩm thực hứa hẹn sẽ kích thích vị giác của bạn và đưa bạn đến những điểm đến kỳ lạ thông qua sự kỳ diệu của ẩm thực. Gạo, một nguyên liệu chính được các nền văn hóa trên toàn cầu yêu thích, đóng vai trò là nền tảng cho một loạt các món ăn ngon phản ánh hương vị và truyền thống đa dạng của các quốc gia khác nhau.

Trong cuốn sách này, bạn sẽ dấn thân vào một cuộc phiêu lưu đầy hương vị nhằm tôn vinh tấm thảm phong phú của ẩm thực toàn cầu, mỗi lần 1 bát cơm. Từ những con phố nhộn nhịp của Tokyo đến những khu chợ sôi động ở Marrakech, mỗi công thức đều được lấy cảm hứng từ di sản ẩm thực độc đáo của khu vực tương ứng, mang đến cái nhìn thoáng qua về truyền thống văn hóa và kỹ thuật ẩm thực tạo nên nét đặc trưng của từng điểm đến. Chuẩn bị bắt tay vào một cuộc hành trình ẩm thực không giống ai khi bạn khám phá những hương vị sôi động của Châu Á, các loại gia vị đậm đà của Trung Đông, những món ăn cổ điển dễ chịu của Châu Âu và những món ăn yêu thích của Châu Mỹ Latinh. Cho dù bạn đang thèm một bát cơm risotto thơm ngon, cà ri Thái cay hay biryani thơm lừng, "Vòng quanh thế giới trong 100 bát cơm" đều có thứ gì đó dành cho mọi người1.

Hãy tham gia cùng chúng tôi khi chúng tôi du lịch khắp thế giới thông qua ngôn ngữ ẩm thực phổ quát, tôn vinh sự đa dạng của hương vị, nguyên liệu và phong cách nấu nướng khiến mỗi món ăn trở nên độc đáo. Với các công thức nấu ăn dễ thực hiện, những lời khuyên hữu ích và những bức ảnh tuyệt đẹp ghi lại bản chất của từng món ăn, cuốn sách này là tấm hộ chiếu cho cuộc phiêu lưu ẩm thực của bạn.

Vì vậy, hãy lấy đũa, nĩa hoặc thìa của bạn và sẵn sàng bắt đầu cuộc hành trình về hương vị sẽ mở rộng khẩu vị của bạn và truyền cảm hứng cho sự sáng tạo ẩm thực của bạn. Từ những tiện nghi quen thuộc như ở nhà cho đến hương vị lạ của những vùng đất xa xôi, "Vòng quanh thế giới trong 100 bát cơm" mời bạn nếm thử sự đa dạng của thế giới, mỗi lần 1 bát.

# Bát cơm Nhật Bản

# 1.Cơm Tempura nấm

**THÀNH PHẦN:**
- 1 pound tempura nấm đông lạnh
- 2 chén gạo lứt
- 1 chén dầu ăn
- 1 chén nước sốt tempura
- 2 cốc nước
- Muối để nếm
- Hạt tiêu đen để nếm thử

**HƯỚNG DẪN:**
1. Lấy một cái chảo đựng nước sốt.
2. Thêm nước vào chảo.
3. Cho gạo lứt vào và nấu chín khoảng 10 phút.
4. Làm nóng chảo rán.
5. Thêm dầu vào chảo.
6. Nấu tempura đông lạnh cho đến khi có màu vàng nâu.
7. Dish ra khi d1.
8. Cho gạo lứt vào tô.
9. Thêm tempura và nước sốt tempura đã chuẩn bị lên trên.
10. Món ăn của bạn đã sẵn sàng được phục vụ.

## 2.dưa chuột ướp

**THÀNH PHẦN:**
- 1 chén bí xanh luộc
- 1 dưa chuột ướp xắt nhỏ
- 2 chén gạo lứt
- 1 chén sốt mayo cay
- 1 cốc dưa chuột
- 2 thìa gừng ngâm
- 1 muỗng canh giấm gạo
- 1 muỗng canh hạt vừng
- 2 cốc nước
- Muối để nếm
- Hạt tiêu đen để nếm thử
- 2 thìa nước tương
- 1 thìa cà phê tỏi nghiền

**HƯỚNG DẪN:**
1. Lấy một cái chảo đựng nước sốt.
2. Thêm nước vào chảo.
3. Cho gạo lứt vào và nấu chín khoảng 10 phút.
4. Cho các nguyên liệu còn lại vào tô.
5. Trộn đều các nguyên liệu.
6. Cho gạo lứt vào tô.
7. Cho rau củ lên trên.
8. Rưới nước sốt đã chuẩn bị lên trên.
9. Món ăn của bạn đã sẵn sàng được phục vụ.

### 3.tết Donburi

**THÀNH PHẦN:**
- 2 thìa cà phê rượu gạo
- 1 thìa cà phê đường
- 1/4 muỗng cà phê bột mirin
- Tiêu đen
- Muối
- 1 muỗng canh gừng băm nhỏ
- 1 muỗng canh nước tương nhẹ
- 1/2 chén hành lá thái nhỏ
- 2 muỗng cà phê dầu mè
- 4 muỗng cà phê nước tương đen
- 2 chén thịt bò bít tết
- 2 chén cơm
- 2 cốc nước

**HƯỚNG DẪN:**
1. Lấy một cái chảo lớn.
2. Đun nóng dầu trong chảo rồi cho các miếng thịt bò bít tết vào.
3. Nấu cho đến khi chúng giòn và có màu nâu vàng.
4. Cho gừng cắt nhỏ vào chảo.
5. Thêm rượu gạo vào chảo.
6. Nấu hỗn hợp trong khoảng 10 phút cho đến khi chín.
7. Thêm đường bột, bột mirin, nước tương đen, dầu hào, nước tương nhạt, tiêu đen và muối vào chảo.
8. Nấu kỹ các nguyên liệu trong khoảng mười lăm phút.
9. Lấy một cái chảo đựng nước sốt.
10. Thêm nước vào chảo.
11. Cho gạo vào và nấu chín khoảng 10 phút.
12. Cho cơm vào bát.
13. Đổ hỗn hợp đã nấu chín lên trên.
14. Món ăn của bạn đã sẵn sàng được phục vụ.

## 4. Bát Ikura Don

**THÀNH PHẦN:**
- 1 cốc đậu nành
- 1 củ cà rốt cắt nhỏ
- 2 chén cơm
- 2 cốc bơ cắt lát
- 1 chén sốt sriracha cay
- 1 cốc dưa chuột
- 2 thìa mirin
- 1 cốc ikura don
- 2 thìa gừng
- 1 chén tấm nori cắt nhỏ
- 1 muỗng canh giấm gạo
- 2 cốc nước
- Muối để nếm
- Hạt tiêu đen để nếm thử
- 2 muỗng canh nước tương nhẹ
- 2 muỗng canh nước tương đen
- 1 thìa cà phê tỏi nghiền

**HƯỚNG DẪN:**
1. Lấy một cái chảo đựng nước sốt.
2. Thêm nước vào chảo.
3. Cho gạo vào và nấu chín trong khoảng 10 phút.
4. Cho các nguyên liệu còn lại vào tô.
5. Trộn đều các nguyên liệu.
6. Cho gạo lứt vào tô.
7. Thêm rau và ikura lên trên.
8. Rưới nước sốt đã chuẩn bị lên trên.
9. Món ăn của bạn đã sẵn sàng được phục vụ.

## 5. Bát thịt lợn cốt lết kiểu Nhật

## THÀNH PHẦN:
- 2 chén cơm
- 1 cốc wasabi
- 1 thìa gia vị Nhật
- 1 muỗng canh hạt vừng
- 1 chén thịt lợn băm
- 2 muỗng canh bột bắp
- 1/2 chén vụn bánh mì
- 2 cốc nước
- Muối để nếm
- Hạt tiêu đen để nếm thử
- 1 chén dầu ăn
- 1 muỗng canh nước tương

## HƯỚNG DẪN:
1. Lấy một cái chảo đựng nước sốt.
2. Thêm nước vào chảo.
3. Cho gạo vào và nấu chín trong khoảng 10 phút.
4. Lấy một cái bát.
5. Thêm gia vị Nhật, thịt lợn và bột ngô vào.
6. Trộn đều và tạo thành 2 miếng cốt lết lớn.
7. Phủ nó trong vụn bánh mì.
8. Chiên các miếng cốt lết trong khoảng 10 phút.
9. Trộn đều các nguyên liệu.
10. Cho gạo lứt vào tô.
11. Thêm cốt lết vào cơm.
12. Thêm các nguyên liệu còn lại lên trên.
13. Món ăn của bạn đã sẵn sàng được phục vụ.

# 6. Bát cơm hành lá kiểu Nhật

**THÀNH PHẦN:**
- 2 chén hành lá thái lát
- 1 thìa mirin
- 2 chén gạo lứt
- 2 thìa sốt Worcestershire
- 1 muỗng canh dầu ăn
- 1 chén sốt tahini
- 2 cốc nước
- Muối để nếm
- Hạt tiêu đen để nếm thử
- 2 thìa nước tương
- 1 thìa cà phê đường
- 1 thìa cà phê tỏi nghiền

**HƯỚNG DẪN:**
1. Lấy một cái chảo đựng nước sốt.
2. Thêm nước vào chảo.
3. Cho gạo lứt vào và nấu chín khoảng 10 phút.
4. Cho phần nguyên liệu khô còn lại vào tô.
5. Trộn đều các nguyên liệu.
6. Làm nóng chảo.
7. Thêm hành lá vào chảo.
8. Nấu chín hành lá.
9. Dish ra khi d1.
10. Cho gạo lứt vào tô.
11. Thêm hành lá lên trên.
12. Món ăn của bạn đã sẵn sàng được phục vụ.

# 7. Sunomono dưa chuột

## THÀNH PHẦN:
- 1 thìa cà phê muối
- 1 ½ thìa cà phê củ gừng
- ⅓ chén giấm gạo
- 4 thìa cà phê đường trắng
- 2 quả dưa chuột lớn, gọt vỏ

## HƯỚNG DẪN:
1. Dưa chuột nên bổ làm đôi theo chiều dọc, những hạt lớn nên loại bỏ.
2. Cắt chéo thành từng miếng rất nhỏ.
3. Trộn giấm, tinh bột, muối và gia vị vào cốc nông. Trộn đều.
4. Cho dưa chuột vào cốc và lắc đều để dung dịch phủ đều lên chúng.
5. Trước khi ăn, hãy làm lạnh đĩa dưa chuột ít nhất 1 giờ.

# 8.Đậu hũ Hiyayakko

**THÀNH PHẦN:**
- 1 nhúm cá ngừ bào
- 1 nhúm vừng rang
- 1 ½ thìa cà phê củ gừng tươi
- ¼ thìa cà phê hành lá
- 1 muỗng canh nước tương
- ½ muỗng cà phê nước
- ¼ (12 ounce) gói đậu phụ lụa
- ½ thìa cà phê hạt dashi
- 1 thìa cà phê đường trắng

**HƯỚNG DẪN:**
1. Trong một cái bát nông, trộn đường, hạt dashi, nước tương và nước khi đường tan.
2. Đặt đậu phụ lên một đĩa nhỏ và phủ hành lá, gừng và hạt cá ngừ lên trên.
3. Rắc hỗn hợp đậu nành lên trên và rắc hạt vừng.

# 9. Bát cháo ăn sáng kiểu Nhật

## THÀNH PHẦN:
- 20g chắc chắn
- Nước cho độ đặc mong muốn
- 1 muỗng canh men dinh dưỡng
- ¼ quả bơ nhỏ
- 20g gạo lứt tròn (khô)
- 1 tấm nori, cắt nhỏ
- 1 muỗng cà phê tương miso
- ½ chén tỏi tây cắt nhỏ
- 20g yến mạch cán

## ĐỂ TRANG TRÍ
- Hạt mè
- bột ớt bột

## HƯỚNG DẪN:
1. Bắt đầu bằng việc vo gạo lứt. Rửa và làm sạch.
2. Cho yến mạch cán vào nồi nông vào buổi sáng trước khi nấu cháo, sau đó chỉ thêm nước nóng vừa đủ. Chỉ cần đặt sang một bên.
3. Bạn có thể xé giấy nori bằng lòng bàn tay hoặc cắt chúng bằng dao.
4. Sau đó, nấu cơm đã ngâm và tỏi tây thái lát trong chảo rán nước ở nhiệt độ phòng cho đến khi cơm chín, khoảng 10 phút.
5. Tắt hệ thống sưởi. Sau đó, cho yến mạch đã ngâm đã ngâm vào và cho nước sôi thích hợp vào.
6. Sau đó, trộn một ít chất lỏng với tương miso và trộn mọi thứ với giấy nori đã xé và men dinh dưỡng vào hỗn hợp.
7. Một lần nữa, khi cần thiết, thêm một ít nước.

# 10. Thịt bò cuộn Tataki kiểu Nhật

**THÀNH PHẦN:**
- 2 muỗng cà phê hạt vừng
- Rau mùi bó lớn
- 1 màu xanh lá cây
- 2 quả ớt đỏ
- ¼ bắp cải napa
- 1 củ cà rốt
- 1 lb thịt thăn bò
- 1 muỗng canh dầu mè
- 1 thìa cà phê đường
- 4 muỗng canh nước tương
- 1 muỗng canh dầu trung tính

**HƯỚNG DẪN:**
1. Làm ấm chảo chống dính hoặc chảo sắt tấm ở nhiệt độ trung bình cho đến khi nóng bốc khói.
2. Áp chảo phi lê thịt bò trong 40 giây ở hai mặt sau khi chải bằng bình xịt trung tính.
3. Trong một cốc nhỏ, trộn dầu mè, nước tương, đường glucose và đánh cho đến khi đường tan.
4. Múc 2 thìa gia vị vào thịt và chà xát lên thịt.
5. Để dành phần băng còn lại trong ngày.
6. Để thịt vào tủ lạnh ít nhất một giờ sau khi gói bằng băng dính.
7. Thái mỏng xà lách napa, bắp cải, hành lá và ớt đỏ.
8. Thái thịt bò thật nhuyễn và đặt từng phần rau củ vào giữa.
9. Rắc một ít lớp phủ lên mỗi cuộn trước khi nhẹ nhàng cuộn lại.
10. Ăn nóng với vừng.

## 11. Bánh xèo Dorayaki

## THÀNH PHẦN:
- Dầu thực vật
- ½ chén bột đậu đỏ
- 2 muỗng canh mirin hoặc xi-rô cây phong
- ¼ thìa cà phê nước tương
- ½ chén bột làm bánh đã rây
- 2 thìa cà phê bột nở
- ⅓ cốc sữa đậu nành
- 2 muỗng canh đường bột

## HƯỚNG DẪN:
1. Trong một cốc lớn, trộn bột mì, đường bột và bột bắp.
2. Thêm xi-rô cây phong, sữa đậu nành và nước tương vào một số món ăn khác.
3. Để tạo thành một hỗn hợp thơm ngon, thả hỗn hợp khô vào 1 ướt và trộn đều.
4. Nó không có nghĩa là quá đậm đặc, nhưng nó phải đủ nhỏ để đổ. Trong mười phút, hãy để mọi thứ ngồi yên.
5. Trong chảo hoặc nồi chống dính, đổ một lượng dầu nhỏ đó vào và đun nóng trên ngọn lửa vừa phải.
6. Để phân tán đều dầu, hãy dùng khăn. Bạn chỉ muốn một lượng nhỏ nhất giúp tạo bóng cho bánh xèo nhưng không dính vào chúng.
7. Giảm nhiệt xuống mức trung bình và đổ khoảng 2 thìa bột vào theo hình tròn lý tưởng nhất mà bạn có thể tìm thấy trên đĩa chống dính.
8. Bạn cần tất cả chúng có cùng số lượng.
9. Trong khoảng 2 phút, đun nóng trước, bọt khí có thể nổi lên ở mép và các mặt sẽ chín rất dễ dàng.
10. Trong khoảng 1 phút nữa, lật mặt còn lại và đun nóng.
11. Để bánh nguội trong vài phút, sau đó thêm một ít Anko, tương đậu, vào mỗi chiếc bánh.
12. Để làm Dorayaki, hãy phủ nó bằng một chiếc bánh sừng bò và xếp tất cả lại với nhau.
13. Ăn kèm với đường bột hoặc phô mai kem hoặc dâu tây thái hạt lựu với hạnh nhân.

## 12.Tranh giành Tamagoyaki

**THÀNH PHẦN:**
- ¼ thìa cà phê muối đen
- hương vị hạt tiêu
- 2 thìa cà phê đường (10g)
- ⅛ muỗng cà phê bột nở
- ½ thìa cà phê kombu dashi
- 2 thìa cà phê mirin (10g)
- 1 tờ yuba
- 3 muỗng canh chất lỏng tùy chọn
- 1 thìa cà phê nước tương
- ¼ chén đậu hũ non (60g)
- Trình bày
- Hành lá
- Hạt mè
- kizami nori
- Xì dầu
- Không bắt buộc
- 1 muỗng canh kewpie mayo thuần chay
- Một nhúm nghệ
- 2 thìa cà phê men dinh dưỡng (8g)

**HƯỚNG DẪN:**

1. Dưỡng ẩm trong nước ấm trong 3-5 phút, lau khô yuba.
2. Xé yuba thành những phần nhỏ hơn, có kích thước khoảng bằng nắm tay.
3. Trộn đều sữa đậu nành, đậu hủ non, mirin, nước tương, gạo, dashi, đường và bột nở với nhau.
4. Đây sẽ là hỗn hợp trứng, trộn đều.
5. Để lửa vừa cao, làm ấm tô và thêm dầu hoặc bơ chay.
6. Thêm đậu phụ mềm và đặt yuba lên trên. Trước khi xử lý, hãy nấu khoảng 2 phút.
7. Dùng thìa hoặc thìa cho đến khi các mặt bắt đầu chiên, sau đó ấn các mặt vào giữa.
8. Hạ nhiệt và đun nhỏ lửa trong ba mươi giây nữa, cứ vài phút lại chuyển hỗn hợp trứng sang kết cấu phù hợp.
9. Dùng đầu ngón tay bóp muối đen lên mép.
10. Lấy mì ra khỏi lò và ăn kèm hoặc ăn trên mì ống.

## 13. Ramen gà

**THÀNH PHẦN:**
- 2 (3 oz.) gói mì ramen
- Những lát jalapeño tươi
- 2 quả trứng lớn
- ½ chén hành lá
- 2 ức gà
- 1 oz. nấm hương
- 1–2 thìa cà phê muối biển, tùy theo khẩu vị
- Muối kosher
- 2 thìa mirin
- 4 chén nước luộc gà đậm đà
- Tiêu đen
- 3 thìa cà phê tỏi tươi
- 3 muỗng canh nước tương
- 2 muỗng cà phê dầu mè
- 2 thìa cà phê gừng tươi
- 1 muỗng canh bơ không muối

**HƯỚNG DẪN:**
1. Làm nóng lò ở nhiệt độ 375 độ F.
2. Ướp gà với muối và tiêu.
3. Trong một chiếc chảo lớn dùng được cho lò nướng, đun nóng dầu ở lửa vừa cao.
4. Nấu gà với phần da đã cắt.
5. Nướng bằng chảo trong lò khoảng 20 phút.
6. Trong một chiếc nồi lớn, cho dầu vào lửa vừa phải cho đến khi dầu sủi bọt.
7. Đun sôi nước dùng, đậy nắp trước khi cho nấm khô vào.
8. Để làm lòng trắng luộc chín mềm, trước tiên hãy luộc trứng trong nước muối.
9. Trong lúc đó, cắt nhỏ hành lá và ớt jalapeno.
10. Sau đó dùng dao sắc cắt thịt gà thành từng lát mỏng.
11. Nấu trong 3 phút, cho đến khi mì mềm thì chia thành 2 tô lớn.
12. Trộn thịt gà cắt miếng và nước luộc mì ramen vào tô trộn lớn.
13. Hành lá nhỏ, ớt jalapeno và một quả trứng luộc mềm đi kèm. Phục vụ ngay.

## 14. Bát cơm và trứng bác kiểu Nhật

**THÀNH PHẦN:**
- 4 quả trứng
- 1 thìa mirin
- 2 chén gạo lứt
- 2 thìa sốt Worcestershire
- 1 muỗng canh dầu ăn
- 1 chén sốt tahini
- 2 cốc nước
- Muối để nếm
- Hạt tiêu đen để nếm thử
- 2 thìa nước tương
- 1 thìa cà phê đường
- 1 thìa cà phê tỏi nghiền

**HƯỚNG DẪN:**
1. Lấy một cái chảo đựng nước sốt.
2. Thêm nước vào chảo.
3. Cho gạo lứt vào và nấu chín khoảng 10 phút.
4. Cho các nguyên liệu còn lại vào tô.
5. Trộn đều các nguyên liệu.
6. Làm nóng chảo rán.
7. Đổ hỗn hợp trứng và dầu vào chảo.
8. Nấu trứng thật kỹ.
9. Trộn hỗn hợp và nấu trong 5 đến 7 phút.
10. Dọn đĩa ra khi d1.
11. Cho gạo lứt vào tô.
12. Thêm trứng bác lên trên.
13. Món ăn của bạn đã sẵn sàng được phục vụ.

## 15. Bát cơm Tonkutsu Nhật Bản

**THÀNH PHẦN:**
- 2 chén tonkatsu (thịt lợn)
- 2 thìa ngũ vị hương Nhật Bản
- 1 thìa cà phê ớt đỏ
- Một nhúm hạt tiêu đen
- Một nhúm muối
- 1 quả trứng
- Vài giọt nước
- 2 chén bột mì đa dụng
- Dầu ăn
- 1 chén nước sốt tonkatsu
- 1 chén gạo lứt
- 2 cốc nước

**HƯỚNG DẪN:**
1. Lấy một cái tô lớn.
2. Thêm trứng và nước vào.
3. Đánh trứng thật đều.
4. Thêm bột mì đa dụng vào hỗn hợp.
5. Bây giờ thêm lần lượt tất cả các nguyên liệu còn lại trừ dầu ăn.
6. Trộn đều bột.
7. Lấy một cái chảo lớn.
8. Đun nóng dầu và chiên bột.
9. Đổ nguyên liệu ra đĩa.
10. Lấy một cái chảo đựng nước sốt.
11. Thêm nước vào chảo.
12. Cho gạo lứt vào và nấu chín khoảng 10 phút.
13. Cho gạo lứt vào tô.
14. Thêm tonkotsu và nước sốt lên trên.
15. Món ăn của bạn đã sẵn sàng được phục vụ.

## 16. Bát cơm hẹ và mè Nhật Bản

## THÀNH PHẦN:
- 2 chén gạo lứt
- 1 chén hẹ xắt nhỏ
- 2 thìa gừng ngâm
- 1 muỗng canh hạt vừng
- 2 cốc nước
- Muối để nếm
- Hạt tiêu đen để nếm thử
- 2 thìa nước tương
- 1 thìa cà phê h1y
- 1 thìa cà phê tỏi nghiền

## HƯỚNG DẪN:
1. Lấy một cái chảo đựng nước sốt.
2. Thêm nước vào chảo.
3. Cho gạo lứt vào và nấu chín khoảng 10 phút.
4. Lấy một cái bát nhỏ.
5. Thêm phần nguyên liệu còn lại vào tô.
6. Trộn đều các nguyên liệu.
7. Cho gạo lứt vào tô.
8. Rưới nước sốt đã chuẩn bị lên trên.
9. Món ăn của bạn đã sẵn sàng được phục vụ.

## 17. Cơm bò Nhật Bản

**THÀNH PHẦN:**
- 1 pound thịt bò dải
- 1 thìa mirin
- 2 chén gạo lứt
- 2 thìa sốt Worcestershire
- 1 muỗng canh dầu ăn
- 2 cốc nước
- Muối để nếm
- Hạt tiêu đen để nếm thử
- 2 thìa nước tương
- 1 thìa cà phê đường
- 1 thìa cà phê tỏi nghiền

**HƯỚNG DẪN:**
1. Lấy một cái chảo đựng nước sốt.
2. Thêm nước vào chảo.
3. Cho gạo lứt vào và nấu chín khoảng 10 phút.
4. Cho các nguyên liệu còn lại vào tô.
5. Trộn đều các nguyên liệu.
6. Làm nóng chảo rán.
7. Cho thịt bò và dầu vào chảo rán.
8. Nấu chín miếng thịt bò.
9. Dish ra khi d1.
10. Cho gạo lứt vào tô.
11. Thêm hỗn hợp thịt bò lên trên.
12. Món ăn của bạn đã sẵn sàng được phục vụ.

## 18. Bát Sashimi Nhật Bản

## THÀNH PHẦN:
- 2 chén cơm
- 1 cốc wasabi
- 1 muỗng canh tấm nori cắt nhỏ
- 1 thìa lá tía tô
- 1 muỗng canh trứng cá hồi
- 2 cốc nước
- Muối để nếm
- Hạt tiêu đen để nếm thử
- 1 chén sashimi
- 1 muỗng canh nước tương

## HƯỚNG DẪN:
1. Lấy một cái chảo đựng nước sốt.
2. Thêm nước vào chảo.
3. Cho gạo vào và nấu chín trong khoảng 10 phút.
4. Cho các miếng sashimi vào lò vi sóng trong khoảng 10 phút.
5. Trộn đều các nguyên liệu.
6. Cho gạo lứt vào tô.
7. Thêm sashimi lên trên.
8. Thêm các nguyên liệu còn lại lên trên.
9. Món ăn của bạn đã sẵn sàng được phục vụ.

## 19. Bát thịt lợn nướng kiểu Nhật

## THÀNH PHẦN:
- 1 pound thịt lợn dải
- 1 thìa mirin
- 2 chén gạo lứt
- 2 thìa sốt Worcestershire
- 1 muỗng canh dầu ăn
- 2 cốc nước
- Muối để nếm
- Hạt tiêu đen để nếm thử
- 2 thìa nước tương
- 1 thìa cà phê đường
- 1 thìa cà phê tỏi nghiền

## HƯỚNG DẪN:
1. Lấy một cái chảo đựng nước sốt.
2. Thêm nước vào chảo.
3. Cho gạo lứt vào và nấu chín khoảng 10 phút.
4. Cho phần nguyên liệu khô còn lại vào tô.
5. Trộn đều các nguyên liệu.
6. Làm nóng chảo nướng.
7. Thêm các dải thịt lợn vào chảo nướng.
8. Nướng chín đều các dải cả hai mặt.
9. Dish ra khi d1.
10. Cho gạo lứt vào tô.
11. Thêm các dải thịt lợn lên trên.
12. Món ăn của bạn đã sẵn sàng được phục vụ.

# 20. Cơm bò hành lá kiểu Nhật

## THÀNH PHẦN:
- 1 pound thịt bò dải
- 1 thìa mirin
- 1 chén hành lá thái lát
- 2 chén gạo lứt
- 2 thìa sốt Worcestershire
- 1 muỗng canh dầu ăn
- 2 cốc nước
- Muối để nếm
- Hạt tiêu đen để nếm thử
- 2 thìa nước tương
- 1 thìa cà phê đường
- 1 thìa cà phê tỏi nghiền

## HƯỚNG DẪN:
1. Lấy một cái chảo đựng nước sốt.
2. Thêm nước vào chảo.
3. Cho gạo lứt vào và nấu chín khoảng 10 phút.
4. Làm nóng chảo rán.
5. Cho hành lá và dầu vào chảo.
6. Nấu chín hành lá.
7. Cho thịt bò, tỏi và các nguyên liệu còn lại vào chảo.
8. Nấu ăn ngon.
9. Dish ra khi d1.
10. Cho gạo lứt vào tô.
11. Thêm hỗn hợp thịt bò và hành lá lên trên.
12. Món ăn của bạn đã sẵn sàng được phục vụ.

## 21.Bát tôm Nhật Bản

**THÀNH PHẦN:**
- 1 cốc đậu nành
- 1 củ cà rốt cắt nhỏ
- 2 chén cơm
- 2 cốc bơ cắt lát
- 1 chén sốt sriracha cay
- 1 cốc dưa chuột
- 2 thìa mirin
- 1 chén tôm nướng
- 2 thìa gừng
- 1 chén tấm nori cắt nhỏ
- 1 muỗng canh giấm gạo
- 2 cốc nước
- Muối để nếm
- Hạt tiêu đen để nếm thử
- 2 muỗng canh nước tương nhạt
- 2 muỗng canh nước tương đen
- 1 thìa cà phê tỏi nghiền

**HƯỚNG DẪN:**
1. Lấy một cái chảo đựng nước sốt.
2. Thêm nước vào chảo.
3. Cho gạo vào và nấu chín trong khoảng 10 phút.
4. Cho các nguyên liệu còn lại vào tô.
5. Trộn đều các nguyên liệu.
6. Cho gạo lứt vào tô.
7. Cho rau và tôm lên trên.
8. Rưới nước sốt đã chuẩn bị lên trên.
9. Món ăn của bạn đã sẵn sàng được phục vụ.

## 22. Cơm Bento hành tây và thịt bò kiểu Nhật

**THÀNH PHẦN:**
- 1 chén thịt bò băm
- 1 chén hành tây xắt nhỏ
- 2 quả trứng
- 1 thìa mirin
- 2 chén cơm
- 2 thìa sốt Worcestershire
- 1 muỗng canh dầu ăn
- 2 cốc nước
- Muối để nếm
- Hạt tiêu đen để nếm thử
- 2 thìa nước tương
- 1 thìa cà phê đường nâu
- 1 thìa cà phê tỏi nghiền
- 1 muỗng canh rau mùi

**HƯỚNG DẪN:**
1. Lấy một cái chảo đựng nước sốt.
2. Thêm nước vào chảo.
3. Cho gạo vào và nấu chín trong khoảng 10 phút.
4. Làm nóng chảo rán.
5. Thêm dầu vào chảo.
6. Cho hành tây vào chảo.
7. Nấu chín rồi cho tỏi vào chảo.
8. Cho thịt bò vào chảo.
9. Nấu cho đến khi mềm hoàn toàn.
10. Cho tất cả gia vị vào chảo.
11. Nấu trứng trong chảo khác.
12. Trộn hỗn hợp và bày ra đĩa.
13. Cho cơm vào tô.
14. Cho hỗn hợp thịt bò vào cơm.
15. Đổ hỗn hợp trứng lên trên.
16. Trang trí với ngò lên trên.
17. Món ăn của bạn đã sẵn sàng được phục vụ.

# Bát cơm Trung Quốc

## 23.Cơm Chiên Gà Trung Quốc

**THÀNH PHẦN:**
- 1 muỗng canh nước mắm
- 1 muỗng canh nước tương
- 1/2 thìa cà phê ngũ vị hương Trung Quốc
- 2 thìa tương ớt tỏi
- 2 quả ớt đỏ
- 1 quả ớt jalapeno lớn
- 1/2 chén hành lá thái lát
- 1 thìa cà phê hạt tiêu trắng
- 1 muỗng cà phê gừng tươi
- 1/2 chén lá ngò tươi
- 1/4 lá húng quế tươi
- 1 chén nước luộc gà
- 1 thìa cà phê sả băm
- 1 thìa cà phê tỏi băm
- 2 muỗng canh dầu mè
- 1 quả trứng
- 1/2 chén thịt gà
- 2 chén gạo lứt nấu chín

**HƯỚNG DẪN:**
1. Lấy một cái chảo.
2. Cho sả băm, hạt tiêu trắng, tỏi băm, ngũ vị hương, ớt đỏ, lá húng quế và gừng vào chảo.
3. Cho các miếng thịt gà vào chảo.
4. Xào miếng thịt gà.
5. Thêm nước luộc gà và nước sốt vào hỗn hợp chảo.
6. Nấu món ăn trong mười phút.
7. Cho gạo lứt đã nấu chín vào hỗn hợp.
8. Trộn đều cơm và nấu trong năm phút.
9. Trộn mọi thứ lại với nhau.
10. Cho ngò vào đĩa.
11. Trộn cơm và chiên trong vài phút.
12. Cho cơm vào bát.
13. Chiên từng quả trứng một.
14. Đặt trứng chiên lên trên tô.
15. Món ăn của bạn đã sẵn sàng được phục vụ.

## 24. Bát chay cay

**THÀNH PHẦN:**
- 2 chén gạo lứt
- 1 chén sốt sriracha
- 1 cốc dưa chuột
- 2 thìa củ cải muối
- 1 muỗng canh tiêu Tứ Xuyên
- 1 muỗng canh giấm gạo
- 1 chén bắp cải đỏ
- 1 chén rau mầm
- 2 thìa đậu phộng rang
- 2 cốc nước
- Muối để nếm
- Hạt tiêu đen để nếm thử
- 2 thìa nước tương
- 1 thìa cà phê tỏi nghiền

**HƯỚNG DẪN:**
1. Lấy một cái chảo đựng nước sốt.
2. Thêm nước vào chảo.
3. Cho gạo lứt vào và nấu chín khoảng 10 phút.
4. Nấu rau trong chảo.
5. Thêm hạt tiêu Tứ Xuyên và các loại gia vị, nước sốt còn lại vào chảo.
6. Trộn đều các nguyên liệu.
7. Dish ra khi d1.
8. Cho gạo lứt vào tô.
9. Cho rau củ lên trên.
10. Món ăn của bạn đã sẵn sàng được phục vụ.

## 25.Kỳ đất Trung Quốc

**THÀNH PHẦN:**
- 2 thìa cà phê rượu gạo
- 1 thìa cà phê đường
- 1/4 muỗng cà phê tiêu Tứ Xuyên
- 2 thìa cà phê ớt đỏ cắt nhỏ
- Tiêu đen
- Muối
- 1 thìa tỏi băm nhỏ
- 1 muỗng canh dầu hào
- 1 muỗng canh nước tương nhẹ
- 1/2 chén hành lá thái nhỏ
- 2 muỗng cà phê dầu mè
- 4 muỗng cà phê nước tương đen
- 2 chén gà tây xay
- 2 chén cơm đã nấu chín

**HƯỚNG DẪN:**

1. Lấy một cái chảo lớn.
2. Đun nóng dầu trong chảo rồi cho gà tây vào.
3. Cho tỏi băm nhỏ vào chảo.
4. Thêm rượu gạo vào chảo.
5. Nấu hỗn hợp trong khoảng 10 phút cho đến khi chín.
6. Thêm đường bột, tiêu Tứ Xuyên, ớt đỏ, nước tương đen, dầu hào, nước tương nhạt, tiêu đen và muối vào chảo.
7. Nấu kỹ các nguyên liệu trong khoảng mười lăm phút.
8. Cho cơm vào 2 bát.
9. Đổ hỗn hợp gà tây đã nấu chín lên trên.
10. Món ăn của bạn đã sẵn sàng được phục vụ.

# 26. Công thức cơm bát thịt bò xay

**THÀNH PHẦN:**
- 2 thìa cà phê rượu gạo
- 1 thìa cà phê đường
- 1/4 muỗng cà phê tiêu Tứ Xuyên
- 2 thìa cà phê ớt đỏ cắt nhỏ
- Tiêu đen
- Muối
- 1 thìa tỏi băm nhỏ
- 1 muỗng canh dầu hào
- 1 muỗng canh nước tương nhẹ
- 1/2 chén hành lá thái nhỏ
- 2 muỗng cà phê dầu mè
- 4 muỗng cà phê nước tương đen
- 2 chén thịt bò xay
- 2 chén cơm đã nấu chín

**HƯỚNG DẪN:**
1. Lấy một cái chảo lớn.
2. Đun nóng dầu trong chảo rồi cho thịt bò vào.
3. Cho tỏi băm nhỏ vào chảo.
4. Thêm rượu gạo vào chảo.
5. Nấu hỗn hợp trong khoảng 10 phút cho đến khi chín.
6. Thêm đường bột, tiêu Tứ Xuyên, ớt đỏ, nước tương đen, dầu hào, nước tương nhạt, tiêu đen và muối vào chảo.
7. Nấu kỹ các nguyên liệu trong khoảng mười lăm phút.
8. Cho cơm vào 2 bát.
9. Cho hỗn hợp thịt bò đã nấu chín lên trên.
10. Món ăn của bạn đã sẵn sàng được phục vụ.

## 27.Bát cơm chiên giòn

**THÀNH PHẦN:**
- 2 chén gạo lứt luộc
- 1 chén sốt sriracha
- 1 thìa tamari
- 1 muỗng canh giấm gạo
- Muối để nếm
- Hạt tiêu đen để nếm thử
- 2 thìa nước tương
- 1 thìa cà phê tỏi nghiền
- 2 muỗng canh dầu ăn
- 1 chén cơm trộn giòn

**HƯỚNG DẪN:**
1. Cho dầu vào chảo.
2. Cho cơm vào chảo.
3. Trộn đều cơm.
4. Để cho giòn.
5. Nấu trong khoảng mười phút.
6. Lấy một cái bát nhỏ.
7. Cho các nguyên liệu còn lại vào tô.
8. Trộn đều các nguyên liệu.
9. Cho cơm chiên giòn vào tô.
10. Rưới nước sốt đã chuẩn bị lên trên.
11. Món ăn của bạn đã sẵn sàng được phục vụ.

# 28. Bát xôi thơm ngon

## THÀNH PHẦN:
- 1 muỗng canh dầu hào
- 2 quả ớt Trung Quốc
- 1 chén hành lá
- 1/2 muỗng canh nước tương
- 2 thìa cà phê tỏi băm
- 3 muỗng canh dầu ăn
- 1/2 chén nước sốt nóng
- 2 chén rau trộn
- Muối khi cần thiết
- Rau mùi tươi cắt nhỏ để trang trí
- 1 chén xúc xích
- 1 chén xôi luộc

## HƯỚNG DẪN:
1. Lấy một cái chảo lớn.
2. Cho dầu ăn vào chảo và đun nóng.
3. Cho rau và hành lá vào chảo rồi xào.
4. Thêm xúc xích vào và nấu chín.
5. Cho tỏi băm vào chảo.
6. Thêm nước tương, nước mắm, ớt Trung Quốc, nước sốt cay và các nguyên liệu còn lại vào hỗn hợp.
7. Nấu món ăn trong mười phút.
8. Đổ nguyên liệu ra đĩa.
9. Cho xôi vào bát.
10. Thêm hỗn hợp đã chuẩn bị lên trên.
11. Trang trí bát bằng lá ngò tươi cắt nhỏ.
12. Món ăn của bạn đã sẵn sàng được phục vụ.

## 29. bò Hoisin

## THÀNH PHẦN:
- 2 chén gạo lứt
- 1 chén nước sốt hoisin
- 1 muỗng canh tiêu Tứ Xuyên
- 1 muỗng canh giấm gạo
- 2 chén thịt bò dải
- 2 cốc nước
- Muối để nếm
- Hạt tiêu đen để nếm thử
- 2 thìa nước tương
- 1 thìa cà phê tỏi nghiền

## HƯỚNG DẪN:
1. Lấy một cái chảo đựng nước sốt.
2. Thêm nước vào chảo.
3. Cho gạo lứt vào và nấu chín khoảng 10 phút.
4. Nấu các miếng thịt bò trong chảo.
5. Thêm tương đen và các gia vị và nước sốt còn lại vào chảo.
6. Trộn đều các nguyên liệu.
7. Dish ra khi d1.
8. Cho gạo lứt vào tô.
9. Cho hỗn hợp thịt bò lên trên.
10. Món ăn của bạn đã sẵn sàng được phục vụ.

## 30.Cơm thịt heo và gừng

**THÀNH PHẦN:**
- 2 thìa cà phê rượu gạo
- 1/4 muỗng cà phê tiêu Tứ Xuyên
- Tiêu đen
- Muối
- 1 muỗng canh gừng băm nhỏ
- 1 muỗng canh dầu hào
- 1 muỗng canh nước tương nhẹ
- 2 muỗng cà phê dầu mè
- 4 muỗng cà phê nước tương đen
- 2 chén thịt lợn xay
- 2 chén cơm đã nấu chín

**HƯỚNG DẪN:**
1. Lấy một cái chảo lớn.
2. Đun nóng dầu trong chảo rồi cho thịt lợn vào.
3. Cho gừng cắt nhỏ vào chảo.
4. Thêm rượu gạo vào chảo.
5. Nấu hỗn hợp trong khoảng 10 phút cho đến khi chín.
6. Thêm đường bột, tiêu Tứ Xuyên, ớt đỏ, nước tương đen, dầu hào, nước tương nhạt, tiêu đen và muối vào chảo.
7. Nấu kỹ các nguyên liệu trong khoảng mười lăm phút.
8. Cho cơm vào 2 bát.
9. Đổ hỗn hợp thịt lợn đã nấu chín lên trên.
10. Món ăn của bạn đã sẵn sàng được phục vụ.

# 31. Công thức món Poke chay với sốt mè

**THÀNH PHẦN:**
- 1 cốc đậu nành
- 1 củ cà rốt cắt nhỏ
- 2 chén cơm
- 2 cốc bơ cắt lát
- 1 chén nước sốt mè
- 1 cốc dưa chuột
- 1 chén bắp cải tím
- 1 chén đậu phụ giòn
- 2 thìa gừng
- 1 muỗng canh giấm gạo
- 2 cốc nước
- Muối để nếm
- Hạt tiêu đen để nếm thử
- 2 muỗng canh nước tương nhạt
- 2 muỗng canh nước tương đen
- 1 thìa cà phê tỏi nghiền

**HƯỚNG DẪN:**
1. Lấy một cái chảo đựng nước sốt.
2. Thêm nước vào chảo.
3. Cho gạo vào và nấu chín trong khoảng 10 phút.
4. Cho các nguyên liệu còn lại trừ mè vào tô.
5. Trộn đều các nguyên liệu.
6. Cho gạo lứt vào tô.
7. Thêm rau và đậu phụ lên trên.
8. Rưới sốt mè lên trên.
9. Món ăn của bạn đã sẵn sàng được phục vụ.

## 32.Bát cơm gà ớt

**THÀNH PHẦN:**
- 1 thìa cà phê hạt tiêu trắng
- 1 muỗng cà phê gừng tươi
- 1 muỗng canh nước mắm
- 1 muỗng canh nước tương
- 1/2 thìa cà phê ngũ vị hương Trung Quốc
- 2 thìa tương ớt tỏi
- 1 chén ớt đỏ Trung Quốc
- 1 thìa cà phê sả băm
- 1 thìa cà phê tỏi băm
- 2 muỗng cà phê dầu mè
- 1 chén thịt gà
- 2 chén cơm đã nấu chín

**HƯỚNG DẪN:**
1. Lấy một cái chảo.
2. Cho sả băm, hạt tiêu trắng, tỏi băm, ngũ vị hương, ớt đỏ, lá húng quế và gừng vào chảo.
3. Lấy một chiếc chảo chống dính.
4. Cho gà vào chảo.
5. Nấu chín nguyên liệu và bày ra đĩa.
6. Thêm nước sốt vào hỗn hợp chảo.
7. Nấu món ăn trong mười phút.
8. Thêm thịt gà vào và nấu trong năm phút.
9. Trộn các nguyên liệu còn lại vào.
10. Nấu món ăn thêm năm phút nữa.
11. Cho cơm vào 2 bát.
12. Thêm hỗn hợp gà lên trên.
13. Món ăn của bạn đã sẵn sàng được phục vụ.

## 33. Bát Phật Đậu Phụ

## THÀNH PHẦN:

- 1 muỗng canh dầu hào
- 2 quả ớt Trung Quốc
- 1 muỗng canh nước mắm
- 1/2 muỗng canh nước tương
- 2 thìa cà phê tỏi băm
- 3 muỗng canh dầu ăn
- 1/2 chén nước sốt nóng
- 2 chén rau trộn
- 2 chén đậu phụ
- Muối khi cần thiết
- Rau mùi tươi cắt nhỏ để trang trí
- 2 chén cơm luộc
- 1 cốc đậu phộng rang
- 1 chén nước sốt phật

## HƯỚNG DẪN:

1. Lấy một cái chảo lớn.
2. Cho dầu ăn vào chảo và đun nóng.
3. Cho rau và đậu phụ vào chảo rồi xào.
4. Cho tỏi băm vào chảo.
5. Thêm nước tương, nước mắm, ớt Trung Quốc, nước sốt nóng và các nguyên liệu còn lại vào hỗn hợp.
6. Nấu món ăn trong mười phút và thêm một ít nước để nấu cà ri.
7. Đổ nguyên liệu ra đĩa.
8. Đổ cơm vào bát.
9. Thêm hỗn hợp đã chuẩn bị và nước sốt lên trên.
10. Trang trí bát bằng lá ngò tươi xắt nhỏ.
11. Món ăn của bạn đã sẵn sàng được phục vụ.

## 34. Bát cơm Đan

**THÀNH PHẦN:**
- 1 chén thịt lợn xay
- 1 muỗng canh sốt sriracha
- 1/2 chén cần tây xắt nhỏ
- 1/2 chén hành lá thái lát
- 1 thìa cà phê rượu gạo
- 1 muỗng cà phê gừng tươi
- 1 muỗng canh nước tương
- 1/2 thìa cà phê ngũ vị hương Trung Quốc
- 1/2 chén lá ngò tươi
- 1/2 chén lá húng quế tươi
- 1 chén nước luộc thịt bò
- 1 thìa cà phê tỏi băm
- 2 muỗng canh dầu thực vật
- 2 chén cơm luộc

**HƯỚNG DẪN:**
1. Lấy một cái chảo.
2. Thêm gia vị vào chảo.
3. Thêm nước luộc thịt bò và nước sốt vào hỗn hợp chảo.
4. Nấu món ăn trong mười phút.
5. Cho thịt lợn vào hỗn hợp.
6. Trộn đều thịt lợn và nấu trong năm phút.
7. Nấu chín kỹ các nguyên liệu và trộn chúng với các nguyên liệu còn lại.
8. Giảm nhiệt độ của bếp.
9. Cho mì khô và nước vào chảo riêng.
10. Cho cơm đã luộc vào tô.
11. Đổ hỗn hợp đã nấu chín lên trên.
12. Thêm rau mùi lên trên.
13. Món ăn của bạn đã sẵn sàng được phục vụ.

## 35. Bát cơm gà xay

## THÀNH PHẦN:
- 2 thìa cà phê rượu gạo
- 1 thìa cà phê đường
- 1/4 muỗng cà phê tiêu Tứ Xuyên
- 2 thìa cà phê ớt đỏ cắt nhỏ
- Tiêu đen
- Muối
- 1 thìa tỏi băm nhỏ
- 1 muỗng canh dầu hào
- 1 muỗng canh nước tương nhẹ
- 1/2 chén hành lá thái nhỏ
- 2 muỗng cà phê dầu mè
- 4 muỗng cà phê nước tương đen
- 2 chén thịt gà xay
- 2 chén cơm đã nấu chín

## HƯỚNG DẪN:
1. Lấy một cái chảo lớn.
2. Đun nóng dầu trong chảo rồi cho gà vào.
3. Cho tỏi băm nhỏ vào chảo.
4. Thêm rượu gạo vào chảo.
5. Nấu hỗn hợp trong khoảng 10 phút cho đến khi chín.
6. Thêm đường bột, tiêu Tứ Xuyên, ớt đỏ, nước tương đen, dầu hào, nước tương nhạt, tiêu đen và muối vào chảo.
7. Nấu kỹ các nguyên liệu trong khoảng mười lăm phút.
8. Cho cơm vào 2 bát.
9. Đổ hỗn hợp gà đã nấu chín lên trên.
10. Món ăn của bạn đã sẵn sàng được phục vụ.

# 36.Bát bún chanh

**THÀNH PHẦN:**
- 1 chén bún
- 1/2 cốc nước cốt chanh
- 1 chén hành tây
- 1 cốc nước
- 2 thìa tỏi băm
- 2 thìa gừng băm
- 1/2 chén rau mùi
- 2 chén rau
- 2 muỗng canh dầu ô liu
- 1 chén nước luộc rau
- 1 cốc cà chua xắt nhỏ

**HƯỚNG DẪN:**
1. Lấy một cái chảo.
2. Cho dầu và hành vào.
3. Xào hành tây cho đến khi mềm và có mùi thơm.
4. Cho tỏi và gừng băm nhỏ vào.
5. Nấu hỗn hợp và thêm cà chua vào.
6. Thêm gia vị.
7. Cho mì gạo và nước cốt chanh vào.
8. Trộn các nguyên liệu cẩn thận và đậy nắp chảo.
9. Thêm rau và các nguyên liệu còn lại vào.
10. Nấu trong mười phút.
11. Chia thành 2 bát.
12. Thêm ngò lên trên.
13. Món ăn của bạn đã sẵn sàng được phục vụ.

# 37. Cơm gà tỏi đậu nành

## THÀNH PHẦN:
- 2 thìa cà phê rượu gạo
- 1 cốc đậu nành
- 1/4 muỗng cà phê tiêu Tứ Xuyên
- 2 thìa cà phê ớt đỏ cắt nhỏ
- Tiêu đen
- Muối
- 1 chén thịt gà
- 1 thìa tỏi băm nhỏ
- 2 muỗng canh dầu mè
- 4 muỗng cà phê nước tương đen
- 2 chén cơm luộc
- 2 muỗng canh hành lá xắt nhỏ

## HƯỚNG DẪN:
1. Lấy một cái chảo lớn.
2. Đun nóng dầu trong chảo.
3. Cho tỏi băm nhỏ vào chảo.
4. Cho thịt gà, rượu gạo và đậu nành vào chảo.
5. Nấu hỗn hợp trong khoảng 10 phút cho đến khi chín.
6. Cho tiêu Tứ Xuyên, ớt đỏ, nước tương đen, tiêu đen và muối vào chảo.
7. Nấu kỹ các nguyên liệu trong khoảng mười lăm phút.
8. Chia cơm thành 2 bát.
9. Thêm hỗn hợp lên trên.
10. Trang trí món ăn với hành lá xắt nhỏ.
11. Món ăn của bạn đã sẵn sàng được phục vụ.

# Bát cơm hàn quốc

## 38.Cơm Hàn Quốc với cá nướng

**THÀNH PHẦN:**
- 1 cân cá
- 2 chén cơm
- 2 thìa gochujang
- 1 muỗng canh dầu ăn
- 2 cốc nước
- Muối để nếm
- Hạt tiêu đen để nếm thử
- 2 thìa nước tương
- 1 thìa cà phê đường
- 1 thìa cà phê tỏi nghiền

**HƯỚNG DẪN:**
1. Lấy một cái chảo đựng nước sốt.
2. Thêm nước vào chảo.
3. Cho gạo vào và nấu chín trong khoảng 10 phút.
4. Cho phần nguyên liệu khô còn lại vào tô.
5. Trộn đều các nguyên liệu.
6. Làm nóng chảo nướng.
7. Cho cá vào khay nướng.
8. Nướng cá đều cả hai mặt.
9. Dish ra khi d1.
10. Cắt cá thành lát.
11. Cho cơm vào tô.
12. Thêm cá thái lát lên trên.
13. Món ăn của bạn đã sẵn sàng được phục vụ.

## 39. Bát cơm nồi St 1 Hàn Quốc

**THÀNH PHẦN:**
- 1 chén nấm
- 1 củ cà rốt cắt nhỏ
- 2 chén cơm luộc
- 1 cốc cải chíp
- 1 muỗng canh giấm gạo
- hai thìa lá ngò cắt nhỏ
- 1 chén thịt bò dải nấu chín
- Muối để nếm
- Hạt tiêu đen để nếm thử
- 2 muỗng canh sốt bibim gochujang
- 2 quả trứng chiên

**HƯỚNG DẪN:**
1. Lấy 2 chậu nhỏ st1.
2. Chia cơm và rau đã nấu chín vào nồi.
3. Thêm giấm gạo vào và trộn nhẹ nhàng.
4. Rắc thịt bò, muối và tiêu lên trên.
5. Rưới sốt bibim gochujang lên trên.
6. Trang trí món ăn với lá ngò cắt nhỏ.
7. Món ăn của bạn đã sẵn sàng được phục vụ.

## 40. Cơm Sashimi Hàn Quốc

**THÀNH PHẦN:**
- 1 chén cá lát sashimi
- 2 chén cơm luộc
- 1 muỗng canh hành lá xắt nhỏ
- 1 muỗng canh giấm gạo
- 1 chén salad rau trộn
- 1 chén nước sốt gochujang
- 2 thìa wasabi
- Muối để nếm
- Hạt tiêu đen để nếm thử
- 2 thìa nước tương

**HƯỚNG DẪN:**
1. Lấy 2 bát.
2. Chia cơm và rau vào cả hai bát.
3. Thêm muối, hạt tiêu, giấm gạo, mù tạt và nước tương lên trên.
4. Xếp các lát cá lên trên các loại rau.
5. Thêm sốt gochujang lên trên.
6. Trang trí với hành lá xắt nhỏ.
7. Món ăn của bạn đã sẵn sàng được phục vụ.

## 41.Bát cơm Sushi Hàn Quốc

**THÀNH PHẦN:**
- 1 chén cá hồi lát
- 1 chén cá ngừ lát
- 2 chén cơm luộc
- 1 muỗng canh hạt vừng
- 2 quả trứng tobiko
- 1 muỗng canh giấm gạo
- 1 chén rau sushi
- 1 chén nước sốt gochujang
- Muối để nếm
- Hạt tiêu đen để nếm thử
- 2 thìa nước tương

**HƯỚNG DẪN:**
1. Lấy 2 bát.
2. Chia cơm và rau sushi vào cả hai bát.
3. Thêm muối, hạt tiêu, giấm gạo và nước tương lên trên.
4. Đun nóng các lát cá ngừ và cá hồi trong lò vi sóng.
5. Xếp những lát thịt này lên trên các loại rau.
6. Đặt trứng tobiko sang một bên.
7. Thêm sốt gochujang lên trên.
8. Trang trí với hạt vừng.
9. Món ăn của bạn đã sẵn sàng được phục vụ.

## 42. Bát cơm gà Hàn Quốc

## THÀNH PHẦN:

- 2 thìa cà phê gochujang
- 1/2 chén hạt vừng
- 1 muỗng cà phê gừng tươi
- 1 muỗng canh nước mắm
- 1 muỗng canh nước tương
- Lá ngò tươi
- 2 chén thịt gà xay
- 1 muỗng canh hành lá xắt nhỏ
- 2 chén nước luộc gà
- 1 thìa cà phê bột bắp
- 1 thìa cà phê tỏi băm
- 2 muỗng canh dầu mè
- 2 chén cơm
- 2 cốc nước

## HƯỚNG DẪN:

1. Lấy một cái chảo.
2. Cho dầu, tỏi băm nhỏ, tương gochujang và gừng vào chảo.
3. Thêm nước luộc gà và nước sốt vào hỗn hợp chảo.
4. Nấu món ăn trong mười phút.
5. Cho thịt gà xay vào hỗn hợp.
6. Thêm các nguyên liệu còn lại và nấu trong năm phút.
7. Giảm nhiệt độ của bếp.
8. Nấu món ăn thêm năm phút nữa.
9. Lấy một cái chảo đựng nước sốt.
10. Thêm nước vào chảo.
11. Cho gạo vào và nấu chín khoảng 10 phút.
12. Cho cơm vào bát.
13. Đổ hỗn hợp đã nấu chín lên trên.
14. Cho hành lá vào đĩa.
15. Món ăn của bạn đã sẵn sàng được phục vụ.

## 43.xích bò Hàn Quốc

**THÀNH PHẦN:**
- 2 thìa cà phê gochujang
- 1/2 chén hạt vừng
- 1 muỗng cà phê gừng tươi
- 1 muỗng canh nước mắm
- 1 muỗng canh nước tương
- Lá ngò tươi
- 2 chén xúc xích bò Hàn Quốc
- 1 muỗng canh hành lá xắt nhỏ
- 1 thìa cà phê bột bắp
- 1 thìa cà phê tỏi băm
- 2 muỗng canh dầu mè
- 2 chén cơm
- 2 cốc nước

**HƯỚNG DẪN:**
1. Lấy một cái chảo.
2. Cho dầu, tỏi băm nhỏ, tương gochujang và gừng vào chảo.
3. Thêm hỗn hợp vào chảo.
4. Nấu món ăn trong mười phút.
5. Thêm các lát xúc xích thịt bò vào hỗn hợp.
6. Thêm các nguyên liệu còn lại và nấu trong năm phút.
7. Giảm nhiệt độ của bếp.
8. Nấu món ăn thêm năm phút nữa.
9. Lấy một cái chảo đựng nước sốt.
10. Thêm nước vào chảo.
11. Cho gạo vào và nấu chín khoảng 10 phút.
12. Cho cơm vào bát.
13. Đổ hỗn hợp đã nấu chín lên trên.
14. Cho hành lá vào đĩa.
15. Món ăn của bạn đã sẵn sàng được phục vụ.

## 44. Bát Donburi Tôm Hàn Quốc

**THÀNH PHẦN:**
- 2 thìa cà phê rượu gạo
- 1 thìa cà phê đường
- 1/4 thìa cà phê gochujang
- 2 thìa cà phê ớt đỏ cắt nhỏ
- Tiêu đen
- Muối
- 1 muỗng canh gừng băm nhỏ
- 1 muỗng canh dầu hào
- 1 muỗng canh nước tương nhẹ
- 1/2 chén hành lá thái nhỏ
- 2 muỗng cà phê dầu mè
- 4 muỗng cà phê nước tương đen
- 2 chén tôm miếng
- 2 chén cơm
- 2 cốc nước

**HƯỚNG DẪN:**
1. Lấy một cái chảo lớn.
2. Đun nóng dầu trong chảo rồi cho các miếng tôm vào.
3. Nấu cho đến khi chúng giòn và có màu vàng nâu.
4. Cho gừng cắt nhỏ vào chảo.
5. Thêm rượu gạo vào chảo.
6. Nấu hỗn hợp trong khoảng 10 phút cho đến khi chín.
7. Thêm đường bột, gochujang, ớt đỏ, nước tương đen, dầu hào, nước tương nhạt, tiêu đen và muối vào chảo.
8. Nấu kỹ các nguyên liệu trong khoảng mười lăm phút.
9. Lấy một cái chảo đựng nước sốt.
10. Thêm nước vào chảo.
11. Cho cơm vào và nấu chín trong khoảng 10 phút.
12. Cho cơm vào bát.
13. Đổ hỗn hợp đã nấu chín lên trên.
14. Món ăn của bạn đã sẵn sàng được phục vụ.

## 45.Bát cơm súp lơ Hàn Quốc

**THÀNH PHẦN:**
- 1 chén nấm
- 1 củ cà rốt cắt nhỏ
- 2 chén cơm súp lơ
- 1 cốc cải chíp
- 1 muỗng canh giấm gạo
- 1 muỗng canh hạt vừng
- 2 cốc nước
- Muối để nếm
- Hạt tiêu đen để nếm thử
- 2 thìa nước tương
- 1 thìa cà phê tỏi nghiền

**HƯỚNG DẪN:**
1. Nấu nấm, cải chíp và cà rốt trong chảo.
2. Thêm tỏi nghiền, nước tương, giấm gạo, muối và hạt tiêu đen.
3. Cho cơm súp lơ vào chảo.
4. Nấu trong mười phút.
5. Cho hỗn hợp cơm súp lơ vào tô.
6. Món ăn của bạn đã sẵn sàng được phục vụ.

## 46.Bát gà BBQ Hàn Quốc

**THÀNH PHẦN:**
- 1 chén miếng gà b1less
- 2 chén cơm
- 1 muỗng canh giấm gạo
- 1 muỗng canh hạt vừng
- 2 cốc nước
- Muối để nếm
- Hạt tiêu đen để nếm thử
- 1/2 chén sốt BBQ
- 2 thìa nước tương
- 1 thìa cà phê tỏi nghiền

**HƯỚNG DẪN:**

1. Lấy một cái chảo đựng nước sốt.
2. Thêm nước vào chảo.
3. Cho gạo vào và nấu chín trong khoảng 10 phút.
4. Nấu miếng gà trong chảo.
5. Thêm tỏi nghiền, nước tương, sốt BBQ, giấm gạo, muối và tiêu đen.
6. Nấu trong mười phút.
7. Cho cơm vào tô.
8. Thêm rau củ lên trên.
9. Món ăn của bạn đã sẵn sàng được phục vụ.

## 47.Cơm Bò Cay Hàn Quốc

**THÀNH PHẦN:**
- 2 thìa cà phê gochujang
- 1/2 chén hạt vừng
- 1 muỗng cà phê gừng tươi
- 1 muỗng canh nước mắm
- 1 muỗng canh nước tương
- 1 muỗng canh ớt đỏ
- Lá ngò tươi
- 2 chén thịt bò dải
- 1 muỗng canh hành lá xắt nhỏ
- 2 chén nước luộc thịt bò
- 1 thìa cà phê bột ngô
- 1 thìa cà phê tỏi băm
- 2 muỗng canh dầu mè
- 2 chén cơm
- 2 cốc nước

**HƯỚNG DẪN:**
1. Lấy một cái chảo.
2. Cho dầu, tỏi băm nhỏ, tương gochujang, ớt đỏ và gừng vào chảo.
3. Thêm nước luộc thịt bò và nước sốt vào hỗn hợp chảo.
4. Nấu món ăn trong mười phút.
5. Thêm các dải thịt bò vào hỗn hợp.
6. Thêm các nguyên liệu còn lại và nấu trong năm phút.
7. Giảm nhiệt độ của bếp.
8. Nấu món ăn thêm năm phút nữa.
9. Lấy một cái chảo đựng nước sốt.
10. Thêm nước vào chảo.
11. Cho gạo vào và nấu chín khoảng 10 phút.
12. Cho cơm vào bát.
13. Đổ hỗn hợp đã nấu chín lên trên.
14. Cho hành lá vào đĩa.
15. Món ăn của bạn đã sẵn sàng được phục vụ.

# Bát cơm việt nam

## 48.Bát cơm bánh mì

**THÀNH PHẦN:**
- 2 chén cơm đã nấu chín
- 1 muỗng cà phê nước mắm
- 1 chén bắp cải thái nhỏ
- 1 chén hành lá xắt nhỏ
- 2 muỗng canh rau mùi xắt nhỏ
- 1 chén thăn lợn
- 1 chén rau ngâm
- 2 muỗng canh dầu ô liu
- 1 cốc sriracha mayo
- Muối để nếm
- Hạt tiêu đen để nếm thử

**HƯỚNG DẪN:**
1. Lấy một cái chảo.
2. Cho dầu vào chảo.
3. Thêm thịt lợn, muối và hạt tiêu đen.
4. Nấu kỹ trong khoảng mười phút.
5. Dish ra khi d1.
6. Chia cơm thành 2 bát.
7. Thêm thịt lợn, rau ngâm, sốt sriracha mayo và các nguyên liệu còn lại lên trên.
8. Trang trí với ngò lên trên.
9. Món ăn của bạn đã sẵn sàng được phục vụ.

## 49. Cơm Bò Và Giòn

**THÀNH PHẦN:**
- 2 chén gạo lứt luộc
- 1 chén sốt sriracha
- 1 muỗng canh nước mắm
- 1 chén thịt bò dải nấu chín
- 1 muỗng canh giấm gạo
- Muối để nếm
- Hạt tiêu đen để nếm thử
- 2 thìa nước tương
- 1 thìa cà phê tỏi nghiền
- 2 muỗng canh dầu ăn

**HƯỚNG DẪN:**
1. Cho dầu vào chảo.
2. Cho cơm vào chảo.
3. Trộn đều cơm.
4. Để cho giòn.
5. Nấu trong khoảng mười phút.
6. Thêm tất cả nước sốt và gia vị vào hỗn hợp.
7. Trộn đều các nguyên liệu.
8. Cho cơm giòn vào tô.
9. Cho thịt bò đã nấu chín lên trên cơm.
10. Món ăn của bạn đã sẵn sàng được phục vụ.

## 50.Bát cơm gà và Sirarcha

**THÀNH PHẦN:**
- 2 chén gạo lứt luộc
- 1 chén sốt sriracha
- 1 muỗng canh nước mắm
- 1 chén thịt gà dải
- 1 muỗng canh giấm gạo
- Muối để nếm
- Hạt tiêu đen để nếm thử
- 2 thìa nước tương
- 1 thìa cà phê tỏi nghiền
- 2 muỗng canh dầu ăn

**HƯỚNG DẪN:**
1. Cho dầu vào chảo.
2. Cho tỏi vào chảo.
3. Trộn đều tỏi.
4. Để cho giòn.
5. Thêm miếng thịt gà vào.
6. Thêm tất cả nước sốt và gia vị vào hỗn hợp.
7. Trộn đều các nguyên liệu.
8. Chia cơm đã nấu thành 2 bát.
9. Cho thịt gà đã nấu chín lên trên cơm.
10. Món ăn của bạn đã sẵn sàng được phục vụ.

# 51. Bát bún bò sả

**THÀNH PHẦN:**
- 2 chén mì
- 2 cốc nước
- 1 muỗng cà phê nước mắm
- 1 chén hành tây
- 1 cốc nước
- 2 thìa tỏi băm
- 2 thìa gừng băm
- 1/2 chén rau mùi
- 2 thìa sả khô
- 2 muỗng canh dầu ô liu
- 1 chén nước dùng bò
- 1 chén thịt bò dải
- 1 cốc cà chua xắt nhỏ

**HƯỚNG DẪN:**
1. Lấy một cái chảo.
2. Cho dầu và hành vào.
3. Xào hành tây cho đến khi mềm và có mùi thơm.
4. Cho tỏi và gừng băm nhỏ vào.
5. Nấu hỗn hợp và thêm cà chua vào.
6. Thêm gia vị.
7. Cho thịt bò thái sợi, nước luộc bò và nước mắm vào.
8. Trộn các nguyên liệu cẩn thận và đậy nắp chảo.
9. Nấu trong mười phút.
10. Lấy một cái chảo đựng nước sốt.
11. Thêm nước vào chảo.
12. Thêm mì vào và nấu chín trong khoảng mười phút.
13. Chia mì vào 2 bát.
14. Thêm hỗn hợp thịt bò và ngò lên trên.
15. Món ăn của bạn đã sẵn sàng được phục vụ.

## 52. Bát cơm gà tráng men

**THÀNH PHẦN:**
- 2 thìa cà phê rượu gạo
- 1/4 muỗng cà phê nước mắm
- Tiêu đen
- Muối
- 1 muỗng canh gừng băm nhỏ
- 1 muỗng canh dầu hào
- 1 muỗng canh nước tương nhẹ
- 1/2 chén hành lá thái nhỏ
- 2 muỗng cà phê dầu mè
- 4 muỗng cà phê nước tương đen
- 2 chén miếng gà tráng men
- 2 chén cơm đã nấu chín

**HƯỚNG DẪN:**
1. Lấy một cái chảo lớn.
2. Cho gừng cắt nhỏ vào chảo.
3. Thêm rượu gạo vào chảo.
4. Nấu hỗn hợp trong khoảng 10 phút cho đến khi chín.
5. Thêm nước mắm, nước tương đen, dầu hào, nước tương nhạt, tiêu đen và muối vào chảo.
6. Nấu kỹ các nguyên liệu trong khoảng mười lăm phút.
7. Cho cơm vào 2 bát.
8. Đổ hỗn hợp đã nấu chín lên trên.
9. Xếp các miếng thịt gà đã tráng men lên trên.
10. Món ăn của bạn đã sẵn sàng được phục vụ.

## 53. Công thức bún tôm tỏi

**THÀNH PHẦN:**
- 1 chén bún
- 1 muỗng cà phê nước mắm
- 1 chén hành tây
- 1 cốc nước
- 2 thìa tỏi băm
- 2 thìa gừng băm
- 1/2 chén rau mùi
- 2 muỗng canh dầu ăn
- 1 chén tôm miếng
- 1 chén nước luộc rau
- 1 cốc cà chua xắt nhỏ

**HƯỚNG DẪN:**
1. Lấy một cái chảo.
2. Cho dầu và hành vào.
3. Xào hành tây cho đến khi mềm và có mùi thơm.
4. Cho tỏi và gừng băm nhỏ vào.
5. Nấu hỗn hợp và thêm cà chua vào.
6. Thêm gia vị.
7. Thêm các miếng tôm vào.
8. Trộn các nguyên liệu cẩn thận và đậy nắp chảo.
9. Thêm bún, nước mắm và các nguyên liệu còn lại vào.
10. Nấu trong mười phút.
11. Chia thành 2 bát.
12. Thêm ngò lên trên.
13. Món ăn của bạn đã sẵn sàng được phục vụ.

# 54. Bát bún gà

**THÀNH PHẦN:**
- 1 muỗng canh nước tương nhẹ
- 1/2 chén hành lá thái nhỏ
- 2 muỗng cà phê dầu mè
- 4 muỗng cà phê nước tương đen
- 2 chén bánh bao gà hấp
- 2 chén mì nấu chín
- 2 thìa cà phê rượu gạo
- 1/4 muỗng cà phê nước mắm
- Tiêu đen
- Muối
- 1 muỗng canh gừng băm nhỏ
- 1 muỗng canh dầu hào

**HƯỚNG DẪN:**
1. Lấy một cái chảo lớn.
2. Cho gừng cắt nhỏ vào chảo.
3. Thêm rượu gạo vào chảo.
4. Nấu hỗn hợp trong khoảng 10 phút cho đến khi chín.
5. Thêm nước mắm, nước tương đen, dầu hào, nước tương nhạt, tiêu đen và muối vào chảo.
6. Nấu kỹ các nguyên liệu trong khoảng mười lăm phút.
7. Cho mì vào 2 bát.
8. Đổ hỗn hợp đã nấu chín lên trên.
9. Thêm bánh bao gà lên trên.
10. Món ăn của bạn đã sẵn sàng được phục vụ.

## 55. Bát cơm gà

**THÀNH PHẦN:**
- 2 thìa tỏi băm
- 2 thìa gừng băm
- 1/2 chén rau mùi
- 2 muỗng canh dầu ăn
- 1 chén nước luộc gà
- 1 chén thịt gà
- 1 cốc cà chua xắt nhỏ
- 2 chén cơm
- 2 cốc nước
- 1 muỗng cà phê nước mắm
- 1 chén hành tây
- 1 cốc nước

**HƯỚNG DẪN:**
1. Lấy một cái chảo.
2. Cho dầu và hành vào.
3. Xào hành tây cho đến khi mềm và có mùi thơm.
4. Cho tỏi và gừng băm nhỏ vào.
5. Nấu hỗn hợp và thêm cà chua vào.
6. Thêm gia vị.
7. Thêm miếng thịt gà, nước luộc gà và nước mắm vào.
8. Trộn các nguyên liệu cẩn thận và đậy nắp chảo.
9. Nấu trong mười phút.
10. Lấy một cái chảo đựng nước sốt.
11. Thêm nước vào chảo.
12. Cho cơm vào và nấu chín khoảng 10 phút.
13. Chia cơm thành 2 bát.
14. Thêm hỗn hợp thịt gà và ngò lên trên.
15. Món ăn của bạn đã sẵn sàng được phục vụ.

# 56. Bát cơm bò cay

**THÀNH PHẦN:**
- 1/2 chén rau mùi
- 2 thìa ớt đỏ
- 2 muỗng canh dầu ô liu
- 1 chén nước dùng bò
- 1 chén thịt bò dải
- 1 cốc cà chua xắt nhỏ
- 2 chén gạo lứt
- 2 cốc nước
- 1 muỗng cà phê nước mắm
- 1 chén hành tây
- 1 cốc nước
- 2 thìa tỏi băm
- 2 thìa gừng băm

**HƯỚNG DẪN:**
1. Lấy một cái chảo.
2. Cho dầu và hành vào.
3. Xào hành tây cho đến khi mềm và có mùi thơm.
4. Cho tỏi và gừng băm nhỏ vào.
5. Nấu hỗn hợp và thêm cà chua vào.
6. Thêm gia vị.
7. Thêm thịt bò thái sợi, ớt đỏ, nước luộc bò và nước mắm vào.
8. Trộn các nguyên liệu cẩn thận và đậy nắp chảo.
9. Nấu trong mười phút.
10. Lấy một cái chảo đựng nước sốt.
11. Thêm nước vào chảo.
12. Cho gạo lứt vào và nấu chín khoảng 10 phút.
13. Chia gạo lứt thành 2 bát.
14. Thêm hỗn hợp thịt bò và ngò lên trên.
15. Món ăn của bạn đã sẵn sàng được phục vụ.

## 57. Bát gà caramen

**THÀNH PHẦN:**
- 1/2 chén hành lá thái nhỏ
- 2 muỗng cà phê dầu mè
- 4 muỗng cà phê nước tương đen
- 2 chén miếng thịt gà nấu chín
- 2 thìa đường
- 2 chén cơm đã nấu chín
- 2 thìa cà phê rượu gạo
- 1/4 muỗng cà phê nước mắm
- Tiêu đen
- Muối
- 1 muỗng canh gừng băm nhỏ
- 1 muỗng canh dầu hào
- 1 muỗng canh nước tương nhẹ

**HƯỚNG DẪN:**
1. Lấy một cái chảo lớn.
2. Cho gừng cắt nhỏ vào chảo.
3. Thêm rượu gạo vào chảo.
4. Nấu hỗn hợp trong khoảng 10 phút cho đến khi chín.
5. Thêm nước mắm, nước tương đen, dầu hào, nước tương nhạt, tiêu đen và muối vào chảo.
6. Nấu kỹ các nguyên liệu trong khoảng mười lăm phút.
7. Dish ra khi d1.
8. Thêm đường vào chảo và đun chảy.
9. Thêm miếng thịt gà đã nấu chín vào và trộn đều.
10. Nấu trong năm phút.
11. Cho cơm vào 2 bát.
12. Đổ hỗn hợp đã nấu chín lên trên.
13. Thêm thịt gà caramen lên trên.
14. Món ăn của bạn đã sẵn sàng được phục vụ.

# Bát cơm Ấn Độ

# 58. Bát cơm gà Tikka

**THÀNH PHẦN:**
- 1 chén miếng gà b1less
- 2 chén cơm
- 2 cốc nước
- 2 muỗng canh bột ớt đỏ
- 1 thìa cà phê bột garam masala
- 1 muỗng canh dầu ăn
- 2 thìa tikka masala
- Muối để nếm
- Hạt tiêu đen để nếm thử
- 2 thìa bột rau mùi
- 1 thìa cà phê bột thì là
- 1 thìa cà phê tỏi nghiền

**HƯỚNG DẪN:**
1. Lấy một cái chảo đựng nước sốt.
2. Thêm nước vào chảo.
3. Cho gạo vào và nấu chín trong khoảng 10 phút.
4. Lấy một cái chảo lớn.
5. Cho tỏi băm nhỏ vào chảo.
6. Thêm gia vị vào chảo.
7. Nấu hỗn hợp trong khoảng 10 phút cho đến khi chín.
8. Cho các miếng thịt gà vào chảo.
9. Nấu kỹ các nguyên liệu trong khoảng mười lăm phút.
10. Cho cơm vào tô.
11. Thêm hỗn hợp tikka gà lên trên.
12. Món ăn của bạn đã sẵn sàng được phục vụ.

## 59. Bát cơm gạo lứt cà ri

**THÀNH PHẦN:**
- 1/2 pound rau
- 2 củ hành
- 2 muỗng canh dầu hạt cải
- 1 chén gạo lứt nấu chín
- 2 cốc nước
- 1 thìa cà phê gừng
- 2 quả cà chua
- 4 tép tỏi
- 2 quả ớt xanh
- Muối để nếm
- 1 muỗng cà phê ớt cà ri đỏ
- Hạt tiêu đen để nếm thử
- 1 muỗng cà phê lá rau mùi
- 1/2 thìa cà phê garam masala
- 1 muỗng cà phê hạt mù tạt đen
- 1 thìa cà phê hạt thì là

**HƯỚNG DẪN:**
1. Lấy một cái chảo lên và cho dầu vào.
2. Đun nóng dầu và cho hành tây vào.
3. Chiên hành cho đến khi có màu nâu nhạt.
4. Cho hạt thì là và hạt mù tạt vào chảo.
5. Chiên chín rồi thêm muối, tiêu và ớt xanh.
6. Thêm tép nghệ, gừng và tỏi vào đó.
7. Cho rau củ và ớt cà ri đỏ vào chảo.
8. Trộn đều và tiếp tục nấu trong mười lăm phút.
9. Cho gạo lứt vào tô.
10. Thêm hỗn hợp đã chuẩn bị lên trên.
11. Thêm lá rau mùi và garam masala để trang trí.
12. Món ăn của bạn đã sẵn sàng được phục vụ.

# 60. Bát cơm phô mai

**THÀNH PHẦN:**
- 1/2 pound phô mai trộn
- 2 củ hành
- 2 muỗng canh dầu hạt cải
- 1 chén gạo lứt nấu chín
- 2 cốc nước
- 1 thìa cà phê gừng
- 2 quả cà chua
- 4 tép tỏi
- 2 quả ớt xanh
- Muối để nếm
- 1 muỗng cà phê ớt cà ri đỏ
- Hạt tiêu đen để nếm thử
- 1 muỗng cà phê lá rau mùi
- 1/2 thìa cà phê garam masala
- 1 muỗng cà phê hạt mù tạt đen
- 1 thìa cà phê hạt thì là

**HƯỚNG DẪN:**
1. Lấy một cái chảo lên và cho dầu vào.
2. Đun nóng dầu và cho hành tây vào.
3. Chiên hành cho đến khi có màu nâu nhạt.
4. Cho hạt thì là và hạt mù tạt vào chảo.
5. Chiên chín rồi thêm muối, tiêu và ớt xanh.
6. Thêm tép nghệ, gừng và tỏi vào đó.
7. Cho phô mai, cơm và ớt cà ri đỏ vào chảo.
8. Trộn đều và tiếp tục nấu trong mười lăm phút.
9. Cho gạo lứt vào tô.
10. Món ăn của bạn đã sẵn sàng được phục vụ.

# 61. Cơm cà ri thịt cừu Ấn Độ

**THÀNH PHẦN:**
- 1/2 pound thịt cừu miếng
- 2 củ hành
- 2 muỗng canh dầu hạt cải
- 1 chén cơm nấu chín
- 2 cốc nước
- 1 thìa cà phê gừng
- 2 quả cà chua
- 4 tép tỏi
- Sáu quả ớt xanh
- Muối để nếm
- 1 muỗng cà phê ớt cà ri đỏ
- Hạt tiêu đen để nếm thử
- 1 muỗng cà phê lá rau mùi
- 1/2 thìa cà phê garam masala
- 1 muỗng cà phê hạt mù tạt đen
- 1 thìa cà phê hạt thì là

**HƯỚNG DẪN:**
1. Lấy một cái chảo lên và cho dầu vào.
2. Đun nóng dầu và cho hành tây vào.
3. Chiên hành cho đến khi có màu nâu nhạt.
4. Cho hạt thì là và hạt mù tạt vào chảo.
5. Chiên chín rồi thêm muối, tiêu và ớt xanh.
6. Thêm tép nghệ, gừng và tỏi vào đó.
7. Cho thịt cừu và ớt cà ri đỏ vào chảo.
8. Trộn đều và tiếp tục nấu trong mười lăm phút.
9. Cho cơm vào tô.
10. Thêm hỗn hợp đã chuẩn bị lên trên.
11. Thêm lá rau mùi và garam masala để trang trí.
12. Món ăn của bạn đã sẵn sàng được phục vụ.

## 62. Bát cà ri kem Ấn Độ

**THÀNH PHẦN:**
- 1/2 pound rau
- 2 củ hành
- 2 muỗng canh dầu hạt cải
- 1 chén cơm nấu chín
- 2 cốc nước
- 1 thìa cà phê gừng
- 2 quả cà chua
- 4 tép tỏi
- 2 quả ớt xanh
- 1 cốc kem đặc
- Muối để nếm
- 1 muỗng cà phê ớt cà ri đỏ
- Hạt tiêu đen để nếm thử
- 1 muỗng cà phê lá rau mùi
- 1/2 thìa cà phê garam masala
- 1 muỗng cà phê hạt mù tạt đen
- 1 thìa cà phê hạt thì là

**HƯỚNG DẪN:**
1. Lấy một cái chảo lên và cho dầu vào.
2. Đun nóng dầu và cho hành tây vào.
3. Chiên hành cho đến khi có màu nâu nhạt.
4. Cho hạt thì là và hạt mù tạt vào chảo.
5. Chiên chín rồi thêm muối, tiêu và ớt xanh.
6. Thêm tép nghệ, gừng và tỏi vào đó.
7. Cho rau củ, kem đặc và ớt cà ri đỏ vào chảo.
8. Trộn đều và tiếp tục nấu trong mười lăm phút.
9. Cho cơm vào tô.
10. Thêm hỗn hợp đã chuẩn bị lên trên.
11. Thêm lá rau mùi và garam masala để trang trí.
12. Món ăn của bạn đã sẵn sàng được phục vụ.

# 63. Bát cơm chanh Ấn Độ

**THÀNH PHẦN:**
- 2 muỗng canh dầu hạt cải
- 1 chén thảo mộc tươi
- 1 cốc chanh cắt lát
- 1 muỗng canh bột ớt đỏ
- 2 thìa nước cốt chanh
- 1 thìa cà phê tỏi và gừng
- 1 thìa cà phê ớt bột
- 1/2 thìa cà phê bột thì là
- 1 muỗng canh bột rau mùi
- Muối
- 2 chén cơm đã nấu chín

**HƯỚNG DẪN:**
1. Lấy một cái chảo và cho dầu vào.
2. Đun nóng dầu rồi cho chanh, muối và tiêu vào.
3. Nấu trong vài phút cho đến khi chanh mềm.
4. Thêm tỏi, gừng và ớt đỏ vào.
5. Nấu cho đến khi hỗn hợp có mùi thơm.
6. Thêm gia vị vào hỗn hợp và nấu.
7. Cho cơm vào 2 bát.
8. Chia hỗn hợp đã nấu thành 2 bát.
9. Thêm các loại thảo mộc tươi lên trên.
10. Món ăn của bạn đã sẵn sàng được phục vụ.

# 64. Bát Phật Súp Lơ Ấn Độ

**THÀNH PHẦN:**
- 1 chén hoa súp lơ
- 2 cốc quinoa
- 2 cốc nước
- 2 muỗng canh bột ớt đỏ
- 1 thìa cà phê bột garam masala
- 1 muỗng canh dầu ăn
- 2 chén rau chân vịt
- 2 chén ớt chuông đỏ
- 1/2 chén hạt điều nướng
- Muối để nếm
- Hạt tiêu đen để nếm thử
- 2 thìa bột rau mùi
- 1 thìa cà phê bột thì là
- 1 thìa cà phê tỏi nghiền

**HƯỚNG DẪN:**
1. Lấy một cái chảo đựng nước sốt.
2. Thêm nước vào chảo.
3. Thêm quinoa và nấu chín trong khoảng 10 phút.
4. Lấy một cái chảo lớn.
5. Cho tỏi băm nhỏ vào chảo.
6. Thêm gia vị vào chảo.
7. Nấu hỗn hợp trong khoảng 10 phút cho đến khi chín.
8. Cho rau bina, súp lơ trắng và ớt chuông vào chảo.
9. Nấu kỹ các nguyên liệu trong khoảng mười lăm phút.
10. Cho quinoa vào tô.
11. Thêm súp lơ masala lên trên.
12. Thêm hạt điều nướng lên trên súp lơ.
13. Món ăn của bạn đã sẵn sàng được phục vụ.

## 65. Bát đậu lăng nướng kiểu Ấn Độ

**THÀNH PHẦN:**
- 2 muỗng canh dầu hạt cải
- 1 chén thảo mộc tươi
- 1 muỗng canh bột ớt đỏ
- 2 chén đậu lăng nướng
- 1 thìa cà phê tỏi và gừng
- 1 thìa cà phê ớt bột
- 1/2 thìa cà phê bột thì là
- 1 muỗng canh bột rau mùi
- Muối
- 1/2 chén nước sốt bạc hà
- 2 chén cơm đã nấu chín

**HƯỚNG DẪN:**
1. Lấy một cái chảo và cho dầu vào.
2. Đun nóng dầu rồi cho đậu lăng nướng, muối và tiêu vào.
3. Thêm tỏi, gừng và ớt đỏ vào.
4. Nấu cho đến khi hỗn hợp có mùi thơm.
5. Thêm gia vị vào hỗn hợp và nấu.
6. Cho cơm vào 2 bát.
7. Chia hỗn hợp đã nấu thành 2 bát.
8. Thêm rau thơm tươi và sốt bạc hà lên trên.
9. Món ăn của bạn đã sẵn sàng được phục vụ.

## 66.Bát cơm gà Ấn Độ

**THÀNH PHẦN:**
- 1/2 pound thịt gà
- 2 củ hành
- 2 muỗng canh dầu hạt cải
- 1 chén cơm nấu chín
- 2 cốc nước
- 1 thìa cà phê gừng
- 2 quả cà chua
- 4 tép tỏi
- Sáu quả ớt xanh
- Muối để nếm
- 1 muỗng cà phê ớt cà ri đỏ
- Hạt tiêu đen để nếm thử
- 1 muỗng cà phê lá rau mùi
- 1/2 thìa cà phê garam masala
- 1 muỗng cà phê hạt mù tạt đen
- 1 thìa cà phê hạt thì là

**HƯỚNG DẪN:**
1. Lấy một cái chảo lên và cho dầu vào.
2. Đun nóng dầu và cho hành tây vào.
3. Chiên hành cho đến khi có màu nâu nhạt.
4. Cho hạt thì là và hạt mù tạt vào chảo.
5. Chiên chín rồi thêm muối, tiêu và ớt xanh.
6. Thêm tép nghệ, gừng và tỏi vào đó.
7. Cho thịt gà và ớt cà ri đỏ vào chảo.
8. Trộn đều và tiếp tục nấu trong mười lăm phút.
9. Cho cơm vào tô.
10. Thêm hỗn hợp đã chuẩn bị lên trên.
11. Thêm lá rau mùi và garam masala để trang trí.
12. Món ăn của bạn đã sẵn sàng được phục vụ.

## 67. Bát cơm đỏ Ấn Độ

**THÀNH PHẦN:**
- 1/2 pound gạo đỏ
- 2 củ hành
- 2 muỗng canh dầu hạt cải
- 2 cốc nước
- 1 thìa cà phê gừng
- 2 quả cà chua
- 4 tép tỏi
- Sáu quả ớt xanh
- Muối để nếm
- 1 muỗng cà phê ớt cà ri đỏ
- Hạt tiêu đen để nếm thử
- 1 muỗng cà phê lá rau mùi
- 1/2 thìa cà phê garam masala
- 1 thìa cà phê hạt thì là

**HƯỚNG DẪN:**
1. Lấy một cái chảo lên và cho dầu vào.
2. Đun nóng dầu và cho hành tây vào.
3. Chiên hành cho đến khi có màu nâu nhạt.
4. Thêm hạt thì là vào chảo.
5. Chiên chín rồi thêm muối, tiêu và ớt xanh.
6. Thêm tép nghệ, gừng và tỏi vào đó.
7. Cho gạo đỏ và ớt cà ri đỏ vào chảo.
8. Trộn đều và tiếp tục nấu trong mười lăm phút.
9. Cho cơm vào tô.
10. Thêm lá rau mùi và garam masala để trang trí.
11. Món ăn của bạn đã sẵn sàng được phục vụ.

## 68.Bát cơm bò dừa

**THÀNH PHẦN:**
- 1/2 pound thịt bò miếng
- 2 củ hành
- 2 muỗng canh dầu hạt cải
- 1 chén cơm nấu chín
- 2 cốc nước
- 1 thìa cà phê gừng
- 2 quả cà chua
- 4 tép tỏi
- Sáu quả ớt xanh
- Muối để nếm
- 1 muỗng cà phê ớt cà ri đỏ
- Hạt tiêu đen để nếm thử
- 1 muỗng cà phê lá rau mùi
- 1/2 thìa cà phê garam masala
- 1 thìa cà phê bột dừa nạo sấy
- 1 thìa cà phê hạt thì là

**HƯỚNG DẪN:**
1. Lấy một cái chảo lên và cho dầu vào.
2. Đun nóng dầu và cho hành tây vào.
3. Chiên hành cho đến khi có màu nâu nhạt.
4. Thêm hạt thì là vào chảo.
5. Chiên chín rồi thêm muối, tiêu và ớt xanh.
6. Thêm tép nghệ, gừng và tỏi vào đó.
7. Cho thịt bò và ớt cà ri đỏ vào chảo.
8. Trộn đều và tiếp tục nấu trong mười lăm phút.
9. Cho cơm và dừa nạo sấy vào tô.
10. Thêm hỗn hợp đã chuẩn bị lên trên.
11. Thêm lá rau mùi và garam masala để trang trí.
12. Món ăn của bạn đã sẵn sàng được phục vụ.

## 69.Bát gà Tandoori

**THÀNH PHẦN:**
- 1 chén miếng gà b1less
- 2 chén cơm
- 2 cốc nước
- 2 muỗng canh bột ớt đỏ
- 1 thìa cà phê bột garam masala
- 1 muỗng canh dầu ăn
- 2 thìa tandoori masala
- Muối để nếm
- Hạt tiêu đen để nếm thử
- 2 thìa bột rau mùi
- 1 thìa cà phê bột thì là
- 1 thìa cà phê tỏi nghiền

## HƯỚNG DẪN:
1. Lấy một cái chảo đựng nước sốt.
2. Thêm nước vào chảo.
3. Cho gạo vào và nấu chín trong khoảng 10 phút.
4. Lấy một cái chảo lớn.
5. Cho tỏi băm nhỏ vào chảo.
6. Thêm gia vị vào chảo.
7. Nấu hỗn hợp trong khoảng 10 phút cho đến khi chín.
8. Cho các miếng thịt gà vào chảo.
9. Nấu kỹ các nguyên liệu trong khoảng mười lăm phút.
10. Cho cơm vào tô.
11. Thêm hỗn hợp gà tandoori lên trên.
12. Món ăn của bạn đã sẵn sàng được phục vụ.

## 70. Paneer nghệ và bát cơm

**THÀNH PHẦN:**
- 2 chén đậu phụ cắt nhỏ
- 2 chén cơm
- 2 cốc nước
- 2 thìa bột nghệ
- 1 thìa cà phê bột garam masala
- 1 muỗng canh dầu ăn
- Muối để nếm
- Hạt tiêu đen để nếm thử
- 2 thìa thảo mộc tươi
- 1 thìa cà phê bột thì là
- 1 thìa cà phê tỏi nghiền

**HƯỚNG DẪN:**
1. Lấy một cái chảo đựng nước sốt.
2. Thêm nước vào chảo.
3. Cho gạo vào và nấu chín trong khoảng 10 phút.
4. Lấy một cái chảo lớn.
5. Cho tỏi băm nhỏ vào chảo.
6. Thêm gia vị vào chảo.
7. Nấu hỗn hợp trong khoảng 10 phút cho đến khi chín.
8. Cho đậu phụ và rau thơm vào chảo.
9. Nấu kỹ các nguyên liệu trong khoảng năm phút.
10. Cho cơm vào tô.
11. Thêm hỗn hợp đậu phụ nghệ lên trên.
12. Món ăn của bạn đã sẵn sàng được phục vụ.

# 71. Bát cà ri Paneer

**THÀNH PHẦN:**
- 1/2 pound đậu phụ miếng
- 2 củ hành
- 2 muỗng canh dầu hạt cải
- 1 chén cơm nấu chín
- 2 cốc nước
- 1 thìa cà phê gừng
- 2 quả cà chua
- 4 tép tỏi
- Sáu quả ớt xanh
- Muối để nếm
- 1 muỗng cà phê ớt cà ri đỏ
- Hạt tiêu đen để nếm thử
- 1 muỗng cà phê lá rau mùi
- 1/2 thìa cà phê garam masala
- 1 muỗng cà phê hạt mù tạt đen
- 1 thìa cà phê hạt thì là

**HƯỚNG DẪN:**
1. Lấy một cái chảo lên và cho dầu vào.
2. Đun nóng dầu và cho hành tây vào.
3. Chiên hành cho đến khi có màu nâu nhạt.
4. Cho hạt thì là và hạt mù tạt vào chảo.
5. Chiên chín rồi thêm muối, tiêu và ớt xanh.
6. Thêm tép nghệ, gừng và tỏi vào đó.
7. Cho đậu phụ và ớt cà ri đỏ vào chảo.
8. Trộn đều và tiếp tục nấu trong mười lăm phút.
9. Cho cơm vào tô.
10. Thêm hỗn hợp đã chuẩn bị lên trên.
11. Thêm lá rau mùi và garam masala để trang trí.
12. Món ăn của bạn đã sẵn sàng được phục vụ.

## 72. Bát chaat đậu xanh

**THÀNH PHẦN:**
- Một chén hành tây xắt nhỏ
- 2 thìa hỗn hợp chaat masala
- Một chén đậu trắng
- 1/2 chén tương ớt bạc hà
- 1 thìa ớt xanh
- 1/2 chén nước sốt me
- 1/2 chén đu đủ

**HƯỚNG DẪN:**
1. Luộc đậu xanh trong chảo lớn đầy nước.
2. Xả sạch chúng sau khi đun sôi.
3. Thêm nó vào một cái bát.
4. Thêm phần nguyên liệu còn lại vào tô.
5. Món ăn đã sẵn sàng để phục vụ.

# Bát cơm Thái

# 73. Bát Phật cá hồi

**THÀNH PHẦN:**
- 1 chén nước luộc cá
- 2 chén miếng cá hồi
- 1 thìa cà phê tỏi băm
- 2 muỗng canh dầu thực vật
- 1 muỗng canh nước sốt hoisin
- 1 muỗng canh sốt sriracha
- 1/2 chén cần tây xắt nhỏ
- 1 thìa cà phê rượu gạo
- 2 chén cơm đã nấu chín
- 1 muỗng cà phê gừng tươi
- 2 thìa thảo mộc tươi
- 1 muỗng canh nước mắm
- 1 muỗng canh nước tương
- 1/2 thìa cà phê ngũ vị hương Thái

## HƯỚNG DẪN:
1. Lấy một cái chảo.
2. Cho sốt hoisin, sốt sriracha, tỏi băm nhỏ, gia vị Thái và gừng vào chảo.
3. Thêm nước luộc cá và nước sốt vào hỗn hợp chảo.
4. Nấu món ăn trong mười phút.
5. Thêm miếng cá hồi vào hỗn hợp.
6. Trộn đều cá hồi và nấu trong năm phút.
7. Nấu chín kỹ các nguyên liệu và trộn với các nguyên liệu còn lại.
8. Giảm nhiệt độ của bếp.
9. Nấu món ăn thêm mười lăm phút nữa.
10. Cho cơm đã nấu chín vào tô.
11. Đổ hỗn hợp đã nấu chín lên trên.
12. Trang trí bằng các loại thảo mộc tươi.
13. Món ăn của bạn đã sẵn sàng được phục vụ.

# 74. Bát cơm gạo lứt tẩm gia vị

**THÀNH PHẦN:**
- 1 muỗng canh nước mắm
- 1 muỗng canh nước tương
- 1/2 thìa cà phê ngũ vị hương Thái
- 1/4 cốc đậu phộng
- 1 thìa cà phê tỏi băm
- 2 muỗng canh dầu thực vật
- 1 muỗng canh nước sốt hoisin
- 1 muỗng canh sốt sriracha
- 1/2 chén cần tây xắt nhỏ
- 1 thìa cà phê rượu gạo
- 2 chén gạo lứt nấu chín
- 1 muỗng cà phê gừng tươi
- 2 thìa thảo mộc tươi

**HƯỚNG DẪN:**
1. Lấy một cái chảo.
2. Cho sốt hoisin, sốt sriracha, tỏi băm nhỏ, gia vị Thái và gừng vào chảo.
3. Thêm nước sốt vào hỗn hợp chảo.
4. Nấu món ăn trong mười phút.
5. Cho gạo lứt vào hỗn hợp.
6. Nấu chín kỹ các nguyên liệu và trộn với các nguyên liệu còn lại.
7. Giảm nhiệt độ của bếp.
8. Nấu món ăn thêm mười lăm phút nữa.
9. Cho gạo lứt đã nấu chín vào tô.
10. Thêm đậu phộng lên trên.
11. Trang trí bằng các loại thảo mộc tươi.
12. Món ăn của bạn đã sẵn sàng được phục vụ.

# 75. Bát tôm đậu phộng

**THÀNH PHẦN:**
- 1 muỗng canh nước mắm
- 1 muỗng canh nước tương
- 1/2 thìa cà phê ngũ vị hương Thái
- 1/4 cốc đậu phộng
- 1 chén nước luộc cá
- 2 chén tôm miếng
- 1 thìa cà phê tỏi băm
- 2 muỗng canh dầu thực vật
- 1 muỗng canh nước sốt hoisin
- 1 muỗng canh sốt sriracha
- 1/2 chén cần tây xắt nhỏ
- 1 thìa cà phê rượu gạo
- 2 chén cơm đã nấu chín
- 1 muỗng cà phê gừng tươi
- 2 thìa thảo mộc tươi

**HƯỚNG DẪN:**
1. Lấy một cái chảo.
2. Cho sốt hoisin, sốt sriracha, tỏi băm nhỏ, gia vị Thái và gừng vào chảo.
3. Thêm nước luộc cá và nước sốt vào hỗn hợp chảo.
4. Nấu món ăn trong mười phút.
5. Thêm tôm miếng và đậu phộng vào hỗn hợp.
6. Trộn đều tôm và nấu trong năm phút.
7. Nấu chín kỹ các nguyên liệu và trộn với các nguyên liệu còn lại.
8. Giảm nhiệt độ của bếp.
9. Nấu món ăn thêm mười lăm phút nữa.
10. Cho cơm đã nấu chín vào tô.
11. Đổ hỗn hợp đã nấu chín lên trên.
12. Trang trí bằng các loại thảo mộc tươi.
13. Món ăn của bạn đã sẵn sàng được phục vụ.

# 76.Bát thịt bò húng quế

**THÀNH PHẦN:**
- 1 muỗng canh nước sốt hoisin
- 1 muỗng canh sốt sriracha
- 1/2 chén cần tây xắt nhỏ
- 1 thìa cà phê rượu gạo
- 2 chén cơm đã nấu chín
- 1 muỗng cà phê gừng tươi
- 2 thìa thảo mộc tươi
- 1 muỗng canh nước mắm
- 1 muỗng canh nước tương
- 1/2 thìa cà phê ngũ vị hương Thái
- 1 chén thịt bò dải
- 1 chén nước luộc thịt bò
- 2 chén húng quế xắt nhỏ
- 1 thìa cà phê tỏi băm
- 2 muỗng canh dầu thực vật

**HƯỚNG DẪN:**
1. Lấy một cái chảo.
2. Cho sốt hoisin, sốt sriracha, tỏi băm nhỏ, gia vị Thái và gừng vào chảo.
3. Thêm nước luộc thịt bò và nước sốt vào hỗn hợp chảo.
4. Nấu món ăn trong mười phút.
5. Thêm miếng thịt bò và húng quế vào hỗn hợp.
6. Trộn đều thịt bò và nấu trong mười lăm phút.
7. Cho cơm đã nấu vào tô.
8. Đổ hỗn hợp đã nấu chín lên trên.
9. Trang trí bằng các loại thảo mộc tươi.
10. Món ăn của bạn đã sẵn sàng được phục vụ.

# 77. Bát dừa umami

**THÀNH PHẦN:**
- 1 muỗng canh nước sốt hoisin
- 1 muỗng canh sốt sriracha
- 1/2 chén cần tây xắt nhỏ
- 1 thìa cà phê rượu gạo
- 2 chén cơm đã nấu chín
- 1 muỗng cà phê gừng tươi
- 2 thìa thảo mộc tươi
- 1 muỗng canh nước mắm
- 1 muỗng canh nước tương
- 1/2 thìa cà phê ngũ vị hương Thái
- 1/4 chén bột dừa
- 2 cốc kem dừa
- 2 chén thịt gà
- 2 chén salad rau
- 1 thìa cà phê tỏi băm
- 2 muỗng canh dầu thực vật

**HƯỚNG DẪN:**
1. Lấy một cái chảo.
2. Cho sốt hoisin, sốt sriracha, tỏi băm nhỏ, gia vị Thái và gừng vào chảo.
3. Thêm nước sốt vào hỗn hợp chảo.
4. Nấu món ăn trong mười phút.
5. Thêm miếng thịt gà vào hỗn hợp.
6. Trộn đều gà và nấu trong năm phút.
7. Cho cơm vào tô.
8. Đổ hỗn hợp đã nấu chín lên trên.
9. Thêm rau salad và nước cốt dừa lên trên.
10. Trang trí bằng các loại thảo mộc tươi.
11. Món ăn của bạn đã sẵn sàng được phục vụ.

## 78. Bát điện cá ngừ

**THÀNH PHẦN:**
- 1 muỗng canh nước sốt hoisin
- 1 muỗng canh sốt sriracha
- 1/2 chén cần tây xắt nhỏ
- 1 thìa cà phê rượu gạo
- 2 chén cơm đỏ nấu chín
- 1 muỗng cà phê gừng tươi
- 2 thìa thảo mộc tươi
- 1 muỗng canh nước mắm
- 1 muỗng canh nước tương
- 1/2 thìa cà phê ngũ vị hương Thái
- 1 chén rau trộn
- 2 muỗng canh nước cốt dừa
- 1 chén nước luộc cá
- 2 chén cá ngừ
- 1 thìa cà phê tỏi băm
- 2 muỗng canh dầu thực vật

**HƯỚNG DẪN:**
1. Lấy một cái chảo.
2. Cho sốt hoisin, sốt sriracha, tỏi băm nhỏ, gia vị Thái và gừng vào chảo.
3. Thêm nước luộc cá và nước sốt vào hỗn hợp chảo.
4. Nấu món ăn trong mười phút.
5. Thêm miếng cá ngừ vào hỗn hợp.
6. Trộn đều cá ngừ và nấu trong năm phút.
7. Nấu chín kỹ các nguyên liệu và trộn chúng với các nguyên liệu còn lại.
8. Giảm nhiệt của bếp.
9. Nấu món ăn thêm mười lăm phút nữa.
10. Thêm nước cốt dừa vào và trộn đều.
11. Cho cơm vào tô.
12. Đổ hỗn hợp đã nấu chín lên trên.
13. Trang trí bằng các loại thảo mộc tươi.
14. Món ăn của bạn đã sẵn sàng được phục vụ.

## 79.Bát bún xoài

**THÀNH PHẦN:**
- 1 muỗng canh nước sốt hoisin
- 1 muỗng canh nước tương
- 1/2 chén cần tây xắt nhỏ
- 1/2 chén hành lá thái lát
- 1 thìa cà phê rượu gạo
- 1 muỗng cà phê gừng tươi
- 1 muỗng canh nước mắm
- 1 muỗng canh nước tương
- 1/2 thìa cà phê gia vị trộn kiểu Thái
- 2 muỗng canh ớt đỏ xắt nhỏ
- 1/2 chén măng
- 1/2 chén lá ngò tươi
- 1/4 chén lá húng quế tươi
- 2 chén miếng xoài
- 1/2 chén lá húng quế xắt nhỏ
- 1 thìa cà phê tỏi băm
- 2 muỗng canh dầu thực vật
- Bún gạo

**HƯỚNG DẪN:**
1. Lấy một cái chảo.
2. Cho dầu, tương đen, nước tương, tỏi băm nhỏ, gia vị Thái, ớt đỏ xắt nhỏ, lá húng quế và gừng vào chảo.
3. Thêm nước sốt vào hỗn hợp chảo.
4. Nấu món ăn trong mười phút.
5. Thêm miếng xoài vào hỗn hợp.
6. Trộn đều xoài và nấu trong năm phút.
7. Cho lá húng quế cắt nhỏ và nước vào chảo.
8. Luộc bún trong nồi đầy nước sôi.
9. Xả sạch bún rồi cho vào chảo.
10. Nấu món ăn thêm mười lăm phút nữa.
11. Chia thành 4 bát.
12. Cho ngò vào đĩa.
13. Món ăn của bạn đã sẵn sàng được phục vụ.

# 80. Bát mì đậu phộng và bí xanh

**THÀNH PHẦN:**
- 2 thìa cà phê rượu gạo
- 1 chén cơm nấu chín
- 2 muỗng cà phê bột cà ri đỏ
- 1/2 muỗng cà phê bột nghệ
- Hạt tiêu đen để nếm thử
- Muối để nếm
- 1 muỗng canh gừng băm nhỏ
- 1 thìa tỏi băm nhỏ
- 1/2 chén hành lá thái nhỏ
- 2 muỗng canh dầu ăn
- 4 muỗng cà phê nước tương đen
- 2 chén bí xanh
- 1 chén nước sốt đậu phộng

**HƯỚNG DẪN:**
1. Lấy một cái chảo lớn.
2. Đun nóng dầu trong chảo.
3. Cho gừng và tỏi băm nhỏ vào chảo.
4. Cho bí xanh, rượu gạo vào xào cho đến khi chuyển màu.
5. Nấu hỗn hợp trong khoảng 10 phút cho đến khi chín.
6. Thêm nước sốt đậu phộng, đường bột, tiêu trắng, bột nghệ, bột cà ri đỏ, nước tương đen, tiêu đen và muối vào chảo.
7. Thêm các nguyên liệu còn lại vào hỗn hợp.
8. Nấu kỹ các nguyên liệu trong khoảng mười lăm phút.
9. Cho cơm vào 2 bát.
10. Thêm cà ri đỏ lên trên.
11. Trang trí với hành lá xắt nhỏ.
12. Món ăn của bạn đã sẵn sàng được phục vụ.

# 81. Bát tôm cay

**THÀNH PHẦN:**
- 1 muỗng canh nước mắm
- 1 muỗng canh nước tương
- 1/2 thìa cà phê ngũ vị hương Thái
- 1 chén tôm
- 2 thìa ớt xanh Thái
- 1 thìa cà phê tỏi băm
- 2 muỗng canh dầu thực vật
- 1 muỗng canh nước sốt hoisin
- 1 muỗng canh sốt sriracha
- 1/2 chén cần tây xắt nhỏ
- 1 thìa cà phê rượu gạo
- 2 chén gạo lứt nấu chín
- 1 muỗng cà phê gừng tươi
- 2 thìa thảo mộc tươi

**HƯỚNG DẪN:**
1. Lấy một cái chảo.
2. Cho nước sốt hoisin, sốt sriracha, ớt xanh Thái, tỏi băm nhỏ, gia vị Thái và gừng vào chảo.
3. Thêm nước sốt và tôm vào hỗn hợp chảo.
4. Nấu món ăn trong mười phút.
5. Cho gạo lứt vào hỗn hợp.
6. Nấu món ăn thêm mười lăm phút nữa.
7. Cho gạo lứt đã nấu chín vào tô.
8. Trang trí với các loại thảo mộc tươi.
9. Món ăn của bạn đã sẵn sàng được phục vụ.

## 82. Bát cơm cà ri

**THÀNH PHẦN:**
- 2 thìa cà phê rượu gạo
- 1 chén cơm nấu chín
- 2 thìa cà phê bột cà ri đỏ
- 1/2 muỗng cà phê bột nghệ
- Hạt tiêu đen để nếm thử
- Muối để nếm
- 1 muỗng canh gừng băm nhỏ
- 1 thìa tỏi băm nhỏ
- 1/2 chén hành lá thái nhỏ
- 2 muỗng canh dầu ô liu
- 4 muỗng cà phê nước tương đen
- 1 cốc nước cốt dừa

**HƯỚNG DẪN:**
1. Lấy một cái chảo lớn.
2. Đun nóng dầu trong chảo.
3. Cho gừng và tỏi băm nhỏ vào chảo.
4. Thêm rượu gạo và xào cho đến khi màu thay đổi.
5. Nấu hỗn hợp trong khoảng 10 phút cho đến khi chín.
6. Thêm nước cốt dừa, đường bột, tiêu trắng, bột nghệ, bột cà ri đỏ, nước tương đen, tiêu đen và muối vào chảo.
7. Thêm các nguyên liệu còn lại vào hỗn hợp.
8. Nấu kỹ các nguyên liệu trong khoảng mười lăm phút.
9. Cho cơm vào 2 bát.
10. Thêm cà ri đỏ lên trên.
11. Trang trí với hành lá xắt nhỏ.
12. Món ăn của bạn đã sẵn sàng được phục vụ.

# 83.Bát cơm thịt heo

**THÀNH PHẦN:**
- 1 muỗng canh nước mắm
- 1 muỗng canh nước tương
- 1/2 thìa cà phê ngũ vị hương Thái
- 1 chén thịt lợn
- 1 thìa cà phê tỏi băm
- 2 muỗng canh dầu thực vật
- 1 muỗng canh nước sốt hoisin
- 1 muỗng canh sốt sriracha
- 1/2 chén cần tây xắt nhỏ
- 1 thìa cà phê rượu gạo
- 2 chén gạo lứt nấu chín
- 1 muỗng cà phê gừng tươi
- 2 thìa thảo mộc tươi

**HƯỚNG DẪN:**
1. Lấy một cái chảo.
2. Cho sốt hoisin, sốt sriracha, tỏi băm nhỏ, gia vị Thái và gừng vào chảo.
3. Thêm nước sốt và thịt lợn vào hỗn hợp chảo.
4. Nấu món ăn trong mười phút.
5. Cho gạo lứt vào hỗn hợp.
6. Nấu chín kỹ các nguyên liệu và trộn chúng với các nguyên liệu còn lại.
7. Nấu món ăn thêm mười lăm phút nữa.
8. Cho gạo lứt đã nấu chín vào tô.
9. Trang trí bằng các loại thảo mộc tươi.
10. Món ăn của bạn đã sẵn sàng được phục vụ.

## 84. Bát phật khoai lang

**THÀNH PHẦN:**
- 2 chén miếng khoai lang
- 1 thìa cà phê tỏi băm
- 2 muỗng canh dầu thực vật
- 1 muỗng canh nước sốt hoisin
- 1 muỗng canh sốt sriracha
- 1/2 chén cần tây xắt nhỏ
- 1 thìa cà phê rượu gạo
- 2 chén cơm đã nấu chín
- 1 muỗng cà phê gừng tươi
- 2 thìa thảo mộc tươi
- 1 muỗng canh nước mắm
- 1 muỗng canh nước tương
- 1/2 thìa cà phê ngũ vị hương Thái

**HƯỚNG DẪN:**
1. Lấy một cái chảo.
2. Cho sốt hoisin, sốt sriracha, tỏi băm nhỏ, gia vị Thái và gừng vào chảo.
3. Thêm nước sốt vào hỗn hợp chảo.
4. Nấu món ăn trong mười phút.
5. Thêm các miếng khoai lang vào hỗn hợp.
6. Trộn đều khoai lang và nấu trong mười lăm phút.
7. Cho cơm đã nấu vào tô.
8. Đổ hỗn hợp đã nấu chín lên trên.
9. Trang trí bằng các loại thảo mộc tươi.
10. Món ăn của bạn đã sẵn sàng được phục vụ.

## 85. Bát sa tế gà

**THÀNH PHẦN:**
- 1 muỗng canh nước sốt hoisin
- 1 muỗng canh sốt sriracha
- 1/2 chén cần tây xắt nhỏ
- 1 thìa cà phê rượu gạo
- 2 chén cơm đã nấu chín
- 1 muỗng cà phê gừng tươi
- 2 thìa thảo mộc tươi
- 1 muỗng canh nước mắm
- 1 muỗng canh nước tương
- 1/2 thìa cà phê ngũ vị hương Thái
- 1 chén nước sốt sa tế
- 2 chén miếng thịt gà
- 1 thìa cà phê tỏi băm
- 2 muỗng canh dầu thực vật

**HƯỚNG DẪN:**
1. Lấy một cái chảo.
2. Cho sốt hoisin, sốt sriracha, tỏi băm nhỏ, gia vị Thái và gừng vào chảo.
3. Thêm nước sốt sa tế và các loại nước sốt khác vào hỗn hợp chảo.
4. Nấu món ăn trong mười phút.
5. Thêm miếng thịt gà vào hỗn hợp.
6. Trộn đều gà và nấu trong mười lăm phút.
7. Cho cơm đã nấu vào tô.
8. Đổ hỗn hợp đã nấu chín lên trên.
9. Trang trí bằng các loại thảo mộc tươi.
10. Món ăn của bạn đã sẵn sàng được phục vụ.

# 86.Thịt gà và ngô xào

**THÀNH PHẦN:**
- 3 muỗng canh. sốt hàu
- 1 muỗng canh. dấm gạo unseas1d
- 1 muỗng cà phê. dầu mè nướng
- 4 đùi gà không da, không b1 (khoảng 1 lb.), cắt thành miếng 1 inch
- Muối kosher
- 2 muỗng canh. bột ngô
- 4 muỗng canh. dầu thực vật, chia
- ½ củ hành đỏ nhỏ, thái lát
- 4 tép tỏi, thái lát
- 1 miếng gừng, gọt vỏ, thái nhỏ
- ½ muỗng cà phê. (hoặc nhiều hơn) Hạt tiêu kiểu Aleppo hoặc các loại ớt dạng mảnh nhẹ khác
- 3 bắp ngô, tách hạt từ lõi ngô
- Cơm trắng và lá ngò còn non (dùng để ăn)

**HƯỚNG DẪN:**

a) Khuấy đều dầu hào, giấm, dầu mè và 2 muỗng canh. nước trong một cái bát nhỏ. Để qua một bên.

b) Đặt gà vào tô vừa. Nêm muối và rắc bột bắp; quăng nhẹ vào áo khoác. Đun nóng 2 muỗng canh. dầu thực vật trong chảo lớn có đáy biển lớn hoặc chảo chống dính trên lửa vừa cao. Nấu gà, thỉnh thoảng đảo cho đến khi có màu vàng nâu và gần chín hẳn, khoảng 6–8 phút. Thêm hành tím, tỏi, gừng, hạt tiêu kiểu Aleppo và 2 muỗng canh còn lại. dầu. Nấu, đảo đều cho đến khi rau mềm, khoảng 2 phút. Thêm ngô vào và nấu, đảo thường xuyên cho đến khi mềm, khoảng 3 phút.

c) Khuấy hỗn hợp dầu hào dành riêng và nấu, đảo thường xuyên cho đến khi gần như sủi bọt, khoảng 2 phút. Hương vị và nêm muối nếu cần.

d) Dùng xào với cơm, rắc ngò lên trên.

# BÁ SUSHI

# 87. Bát Sushi cuộn California được giải cấu trúc

**THÀNH PHẦN:**
- 1 chén cơm sushi đã nấu chín
- 1/2 chén cua giả hoặc cua thật, thái nhỏ
- 1/2 quả bơ, thái lát
- 1/4 quả dưa chuột, thái hạt lựu
- Hạt mè để trang trí
- Dải Nori để phủ topping
- Nước tương và gừng ngâm để phục vụ

**HƯỚNG DẪN:**
1. Trải cơm sushi đã nấu chín vào tô.
2. Xếp cua cắt nhỏ, lát bơ và dưa chuột thái sợi lên trên.
3. Rắc hạt vừng để trang trí.
4. Top với dải nori.
5. Ăn kèm với nước tương và gừng ngâm.
6. Thưởng thức bát sushi cuộn California đã được giải mã!

## 88. Bát Sushi cá ngừ cay được giải mã

**THÀNH PHẦN:**
- 1 chén cơm sushi đã nấu chín
- 1/2 chén cá ngừ cay, xắt nhỏ
- 1/4 chén đậu edamame, hấp
- 1/4 chén củ cải, thái lát mỏng
- Sriracha mayo cho mưa phùn
- Những lát bơ để trang trí
- Hạt mè để làm topping

**HƯỚNG DẪN:**
1. Trải cơm sushi đã nấu chín vào tô.
2. Đặt cá ngừ cay xắt nhỏ, đậu edamame hấp và củ cải thái lát lên trên.
3. Rưới Sriracha mayo lên bát.
4. Trang trí với những lát bơ và rắc hạt vừng.
5. Thưởng thức bát sushi cá ngừ cay đã được giải mã!

## 89.Bát Sushi cuộn rồng được giải cấu trúc

**THÀNH PHẦN:**
- 1 chén cơm sushi đã nấu chín
- 1/2 chén lươn, nướng và thái lát
- 1/4 cốc bơ, thái lát
- 1/4 cốc dưa chuột, thái hạt lựu
- Nước lươn để chấm
- Tobiko (trứng cá) để phủ lên trên
- Gừng ngâm để phục vụ

**HƯỚNG DẪN:**
1. Trải cơm sushi đã nấu chín vào tô.
2. Xếp các lát lươn nướng, bơ và dưa chuột thái sợi lên trên.
3. Rưới nước sốt lươn lên trên tô.
4. Đầu với tobiko.
5. Ăn kèm với gừng ngâm ở bên cạnh.
6. Thưởng thức bát sushi cuộn Rồng đã được giải mã!

## 90. Bát Sushi cá hồi cay được giải cấu trúc

**THÀNH PHẦN:**
- 1 chén cơm sushi đã nấu chín
- 1/2 chén cá hồi cay, thái hạt lựu
- 1/4 cốc xoài, thái hạt lựu
- 1/4 cốc dưa chuột, thái hạt lựu
- Mayo cay cho mưa phùn
- Hành xanh để trang trí
- Hạt mè để làm topping

**HƯỚNG DẪN:**
1. Trải cơm sushi đã nấu chín vào tô.
2. Đặt cá hồi cay thái hạt lựu, xoài thái hạt lựu và dưa chuột thái hạt lựu lên trên.
3. Rưới mayo cay lên bát.
4. Trang trí với hành lá xắt nhỏ và rắc hạt vừng.
5. Thưởng thức bát sushi cá hồi cay đã được giải mã!

## 91.Bát Sushi cuộn cầu vồng được cấu trúc lại

**THÀNH PHẦN:**
- 1 chén cơm sushi đã nấu chín
- 1/2 chén cua hoặc cua giả, thái nhỏ
- 1/4 cốc bơ, thái lát
- 1/4 cốc dưa chuột, thái hạt lựu
- 1/4 cốc cà rốt, thái hạt lựu
- 1/4 cốc xoài, thái lát
- Dải Nori để phủ topping
- Nước tương và gừng ngâm để phục vụ

**HƯỚNG DẪN:**
1. Trải cơm sushi đã nấu chín vào tô.
2. Xếp cua cắt nhỏ, lát bơ, dưa chuột thái sợi, cà rốt và xoài lên trên.
3. Top với dải nori.
4. Ăn kèm với nước tương và gừng ngâm.
5. Thưởng thức tô sushi Rainbow Roll đầy màu sắc và được giải mã!

## 92.Bát Sushi Tempura Tôm đã được phân hủy

**THÀNH PHẦN:**
- 1 chén cơm sushi đã nấu chín
- 1/2 chén tempura tôm, thái lát
- 1/4 cốc bơ, thái lát
- 1/4 cốc dưa chuột, thái hạt lựu
- 1/4 chén củ cải, thái lát mỏng
- Nước chấm tempura cho mưa phùn
- Hạt mè để trang trí

**HƯỚNG DẪN:**
1. Trải cơm sushi đã nấu chín vào tô.
2. Đặt tôm tempura thái lát, bơ, dưa chuột thái sợi và củ cải thái lát lên trên.
3. Rưới nước sốt tempura lên trên bát.
4. Rắc hạt vừng để trang trí.
5. Thưởng thức bát sushi tempura tôm đã được giải mã!

## 93. Bát Sushi cá ngừ và củ cải cay

**THÀNH PHẦN:**
- 1 lb cá ngừ loại sushi, thái hạt lựu
- 2 muỗng canh gochujang (tương ớt đỏ Hàn Quốc)
- 1 muỗng canh nước tương
- 1 muỗng canh dầu mè
- 1 muỗng cà phê giấm gạo
- 1 chén củ cải daikon, thái hạt lựu
- 1 chén đậu Hà Lan, thái lát
- 2 chén cơm Sushi truyền thống đã nấu chín
- Hành xanh để trang trí

**HƯỚNG DẪN:**
1. Trộn gochujang, nước tương, dầu mè và giấm gạo để làm nước sốt cay.
2. Cho cá ngừ thái hạt lựu vào nước sốt cay và để lạnh trong 30 phút.
3. Lắp các bát với cơm Sushi truyền thống làm đế.
4. Phủ cá ngừ ướp, củ cải daikon thái sợi và đậu Hà Lan cắt lát lên trên.
5. Trang trí với hành lá xắt nhỏ và phục vụ.

## 94.Bát Sushi cá hồi và măng tây hun khói

**THÀNH PHẦN:**
- 1 lb cá hồi hun khói, vẩy
- 1/4 chén nước tương
- 2 muỗng canh mirin
- 1 muỗng canh gừng ngâm, băm nhỏ
- 1 bó măng tây, chần và thái lát
- 1 cốc cà chua bi, giảm một nửa
- 2 chén cơm Sushi truyền thống đã nấu chín
- Miếng chanh để trang trí

**HƯỚNG DẪN:**
1. Trộn đều nước tương, mirin và gừng ngâm băm nhỏ để làm nước xốt.
2. Cho cá hồi hun khói vào nước ướp và để lạnh trong 15-20 phút.
3. Tạo bát với cơm Sushi truyền thống đã nấu chín làm nền.
4. Phủ cá hồi hun khói ướp, măng tây thái lát và cà chua bi lên trên.
5. Trang trí với chanh và phục vụ.

## 95. Bát Sushi cuộn Philly được cấu trúc lại

**THÀNH PHẦN:**
- 1 chén cơm sushi đã nấu chín
- 1/2 chén cá hồi hun khói, thái lát
- 1/4 cốc phô mai kem, làm mềm
- 1/4 cốc dưa chuột, thái hạt lựu
- 1/4 chén hành đỏ, thái lát mỏng
- Tất cả mọi thứ gia vị bánh mì tròn cho topping
- Nụ bạch hoa để trang trí

**HƯỚNG DẪN:**
1. Trải cơm sushi đã nấu chín vào tô.
2. Xếp cá hồi hun khói thái lát, phô mai kem mềm, dưa chuột thái sợi và hành đỏ thái mỏng lên trên.
3. Rắc mọi thứ gia vị làm bánh mì tròn lên trên.
4. Trang trí với nụ bạch hoa.
5. Thưởng thức bát sushi Philly Roll đã được giải mã!

# 96.Bát Sushi cuộn nổ được cấu trúc lại

**THÀNH PHẦN:**
- 1 chén cơm sushi đã nấu chín
- 1/2 chén tôm chiên tempura hoặc nấu chín
- 1/4 chén mayo cay
- 1/4 cốc bơ, thái hạt lựu
- 1/4 cốc dưa chuột, thái hạt lựu
- Tobiko (trứng cá) để phủ lên trên
- Hành xanh để trang trí

**HƯỚNG DẪN:**
1. Trải cơm sushi đã nấu chín vào tô.
2. Đặt tôm chiên tempura hoặc tôm nấu chín lên trên.
3. Rưới mayo cay lên bát.
4. Thêm bơ và dưa chuột thái hạt lựu.
5. Đầu với tobiko.
6. Trang trí với hành lá xắt nhỏ.
7. Thưởng thức bát sushi Dynamite Roll đã được giải cấu trúc!

## 97. Bát Sushi cuộn chay đã được giải cấu trúc

**THÀNH PHẦN:**
- 1 chén cơm sushi đã nấu chín
- 1/2 chén đậu phụ, cắt miếng và chiên
- 1/4 cốc bơ, thái lát
- 1/4 cốc dưa chuột, thái hạt lựu
- 1/4 cốc cà rốt, thái hạt lựu
- 1/4 chén ớt chuông đỏ, thái lát mỏng
- Nước tương và dầu mè
- Hạt mè để trang trí

**HƯỚNG DẪN:**
a) Trải cơm sushi đã nấu chín vào tô.
b) Đặt đậu phụ áp chảo, lát bơ, dưa chuột thái sợi, cà rốt và ớt chuông đỏ thái lát lên trên.
c) Rắc hỗn hợp nước tương và dầu mè để làm nước sốt.
d) Rắc hạt vừng để trang trí.
e) Thưởng thức bát sushi Veggie Roll đã được giải cấu trúc, một lựa chọn sảng khoái và làm từ thực vật!

## 98. Cá thu hun khói Chirashi

## THÀNH PHẦN:
- ½ quả dưa chuột
- ¼ thìa cà phê muối mịn
- 200 g (7 oz) phi lê cá thu hun khói, không b1, không da
- 40 g (1½ oz) gừng ngâm, thái nhỏ
- 1 củ hành lá (hành lá), thái nhỏ
- 2 thìa cà phê thì là thái nhỏ
- 2 thìa canh mè trắng rang
- 800 g (5 cốc) cơm sushi rong biển 1d
- 1 tờ nori, xé thành từng miếng
- nước tương đen, để phục vụ

## HƯỚNG DẪN:
a) Cắt dưa chuột càng mỏng càng tốt và rắc muối. Chà nhẹ dưa chuột và để trong 10 phút. Điều này sẽ giúp loại bỏ lượng nước dư thừa khỏi dưa chuột để giữ cho dưa chuột được giòn.
b) Dùng tay vắt bớt nước thừa trong dưa chuột.
c) Cắt cá thu hun khói thành từng miếng nhỏ.
d) Thêm dưa chuột, cá thu hun khói, gừng ngâm, hành lá (hành lá), thì là và hạt vừng trắng vào cơm. Trộn đều để trải đều các nguyên liệu.
e) Dọn ra từng bát riêng hoặc 1 bát lớn để chia sẻ. Rắc nori và rưới lên nước tương đen để nếm thử.

## 99.Oyakodo (Cá hồi và trứng cá hồi)

**THÀNH PHẦN:**
- 400 g (2½ cốc) cơm sushi rong biển1d

**đứng đầu**
- 400 g (14 oz) cá hồi chất lượng sashimi
- 200 g (7 oz) trứng cá hồi ướp
- 4 lá tía tô non
- lát chanh hoặc chanh

**PHỤC VỤ**
- gừng ngâm
- dán mù tạt
- xì dầu
- dải nori (tùy chọn)

**HƯỚNG DẪN:**

a) Cắt cá hồi thành lát mỏng. Hãy nhớ cắt ngang thớ để đảm bảo cá mềm.

b) Đặt cơm sushi vào 4 bát riêng và làm phẳng bề mặt cơm. Phủ sashimi cá hồi và trứng cá hồi lên trên. Trang trí với lá tía tô non và lát chanh hoặc chanh.

c) Ăn kèm với gừng ngâm như một chất tẩy rửa vòm miệng, wasabi và nước tương để nếm thử. Nếu muốn, hãy rắc dải nori để có thêm hương vị.

# 100. Bát Sushi Tôm Hùm Cay

**THÀNH PHẦN:**
- 1½ cốc (300 g) cơm Sushi truyền thống đã được chuẩn bị sẵn
- 1 muỗng cà phê củ gừng tươi nghiền mịn
- 1 đuôi tôm hùm hấp 8 oz (250 g), bỏ vỏ và cắt thành hình huy chương
- 1 quả kiwi, gọt vỏ và cắt thành lát mỏng
- 2 thìa cà phê hành lá băm nhỏ (hành lá), chỉ lấy phần xanh
- Một nắm củ cải daikon cắt xoắn ốc
- 2 nhánh rau mùi tươi (dải ngò)
- 2 thìa nước ép thanh long hoặc nhiều hơn tùy khẩu vị

**HƯỚNG DẪN:**

a) Chuẩn bị cơm Sushi và nước ép rồng.

b) Làm ướt đầu ngón tay trước khi chia cơm Sushi vào 2 bát nhỏ. Nhẹ nhàng dàn phẳng bề mặt cơm trong mỗi tô. Dùng thìa phết ½ thìa cà phê củ gừng tươi bào lên cơm trong mỗi bát.

c) Chia huy chương tôm hùm và quả kiwi làm 1/2. Thay thế 1 1/2 lát tôm hùm bằng 1 1/2 lát trái kiwi trên cơm trong 1 bát, chừa lại một khoảng trống nhỏ. Lặp lại mô hình trong bát khác. Đặt 1 thìa cà phê hành lá băm nhỏ gần phía trước mỗi bát. Chia củ cải daikon cắt xoắn ốc vào 2 bát, lấp đầy khoảng trống.

d) Để phục vụ, đặt 1 nhánh rau mùi tươi phía trước củ cải daikon trong mỗi bát. Múc 1 thìa nước ép thanh long lên tôm hùm và quả kiwi trong mỗi bát.

# PHẦN KẾT LUẬN

Khi bạn đọc đến những trang cuối cùng của "Vòng quanh thế giới trong 100 bát cơm", chúng tôi hy vọng bạn thích thú với hành trình ẩm thực đã đưa bạn đến những điểm đến xa xôi và giới thiệu cho bạn một thế giới của hương vị và truyền thống. Từ những con phố cay nồng của Bangkok đến những căn bếp thơm phức của Ấn Độ, mỗi bát cơm đều mang đến hương vị của tấm thảm ẩm thực toàn cầu phong phú.

Nhưng cuộc hành trình của chúng tôi không kết thúc ở đây. Khi bạn trở về nhà sau cuộc phiêu lưu ẩm thực của mình, chúng tôi khuyến khích bạn tiếp tục khám phá thế giới đa dạng của những bát cơm, thử nghiệm các nguyên liệu, hương vị và kỹ thuật mới. Cho dù bạn đang tạo lại các món ăn yêu thích từ cuốn sách hay sáng tạo ra những sáng tạo ẩm thực của riêng mình, hãy để trí tưởng tượng dẫn đường khi bạn bắt tay vào những cuộc phiêu lưu ẩm thực mới.

Cảm ơn bạn đã tham gia cùng chúng tôi trên hành trình đầy hương vị này trên khắp thế giới. Cầu mong ký ức về những món ăn bạn từng thưởng thức sẽ đọng lại trong vị giác của bạn và cầu mong tinh thần khám phá ẩm thực tiếp tục truyền cảm hứng cho bạn trong nỗ lực làm bếp của mình. Cho đến khi chúng ta gặp lại nhau, chúc bạn nấu ăn vui vẻ và ngon miệng!

www.ingramcontent.com/pod-product-compliance
Lightning Source LLC
Chambersburg PA
CBHW071910110526
44591CB00011B/1621